ĐÀO TẠO LÃNH ĐẠO CẤP TIẾN

Một cẩm nang đào tạo lãnh đạo trong các nhóm nhỏ và nhà thờ riêng để dẫn dắt phong trào phát triển Hội Thánh

Đào Tạo Lãnh Đạo Cấp Tiếp

Một cẩm nang hỗ trợ việc đào tạo lãnh đạo trong các nhóm nhỏ, nhà thờ riêng để dẫn dắt phong trào phát triển nhà thờ.

Tác giả: Tiến sĩ Daniel B. Lancaster

Được xuất bản bởi: T4T Press

In lần đầu năm 2012

Bản quyền đã được bảo hộ. Nếu không có sự cho phép của tác giả, không có bất kì phần nào của cuốn sách này có thể được tái bản hoặc truyền đi dưới bất kỳ hình thức nào hoặc bằng bất kỳ phương tiện, điện tử hoặc cơ khí, bao gồm ghi âm, in ấn hoặc bằng bất kỳ thông tin lưu trữ và hệ thống thu hồi, mà không có sự cho phép bằng văn bản của tác giả, trừ trường hợp trích dẫn.

Bản quyền 2012 thuộc về Daniel B. Lancaster

ISBN 978-1-938920-88-2 printed

Trừ khi có những chỉ định khác, mọi trích dẫn Kinh Thánh (bản tiếng Anh) đều được trích từ HOLY BIBLE, NEW INTERNATIONAL VERSION®, NIV® copyright © 1973, 1978, 1984 bởi Hội Thánh Kinh Quốc Tế. Được sự cho phép bởi Zondervan. Bản quyền đã được bảo hộ.

Mọi trích dẫn trong Kinh Thánh (bản Tiếng Việt) đều được trích từ Bản dịch của Nhóm Các Giờ Kinh Phụng Vụ.

Mục Lục

Lời Tựa... 7
Lời Cảm Ơn.. 9
Lời Tác Giả... 11

Phần 1: Bu-lông và đai ốc

Kế Hoạch Của Chúa Giê-Su........................... 17
Đào Tạo Lãnh Đạo..................................... 21
Các Nguyên Tắc Đào Tạo 27

Phần 2: Đào Tạo Lãnh Đạo

Lời Chào Mừng... 33
Đào Tạo Như Chúa Giê-Su 47
Dẫn Dắt Như Chúa Giê-su 60
Lớn Mạnh.. 75
Cùng Nhau Mạnh Mẽ Hơn 90
Loan Báo Tin Mừng.................................... 103
Đào Tạo Môn Đệ....................................... 120
Thành Lập Các Nhóm.................................. 137
Nhân Rộng Các Nhóm.................................. 154
Theo Chúa Giê-su...................................... 171

Phần 3: Các Nguồn Khác

Nghiên Cứu Thêm 185
Phụ lục A 187
Phụ lục B 199
Phụ lục C 201
Phụ lục D 203

Tưởng nhớ Tom

Lời Tựa

Để sứ vụ của Hội Thánh trở nên hiệu quả hơn là một thách thức không ngừng. Những người phụng vụ Chúa Giê-su biết rằng có ít có điều gì là then chốt hơn việc đảm bảo các phương pháp đào tạo tín hữu hiệu quả được áp dụng. Một trong số các phương pháp đào tạo tín hữu hiệu quả nhất nằm trong bộ sách *Khóa Đào Tạo Theo Chúa Giê-su*. Cuốn đầu tiên, *Đào Tạo Môn Đệ Cấp Tiến*, cung cấp các bài học có thể nhân rộng dễ dàng để biến đổi các tín hữu mới thành môn đệ giống Chúa Giê-su. Cuốn thứ hai dẫn chúng ta đi xa hơn, cung cấp những bài học để biến đổi các môn đệ giống Chúa Giê-su thành các lãnh đạo – những người ra đi nhân rộng các nhóm. *Đào Tạo Lãnh Đạo Cấp Tiến* - được viết bởi Tiến sĩ Dan Lancaster – là một kế hoạch đào tạo đã được thử nghiệm và kiểm chứng. Phương pháp giảng dạy thiết thực và dễ hiểu, kết hợp với các trò chơi sinh hoạt, hình ảnh, kinh nghiệm thực hành cho các học viên.

Không còn nghi ngờ gì nữa, *Đào Tạo Lãnh Đạo Cấp Tiến* là một trong những phương pháp hiệu quả nhất nhằm đào tạo các tín hữu một cách triệt để. Những kiến thức này không chỉ hiệu quả mà còn thúc đẩy phong trào lãnh đạo. Các bài học nắm bắt và đáp ứng được nhu cầu của các lãnh đạo, cho thấy hình ảnh của một lãnh đạo ngoan đạo, cũng như các bước để thành lập các Hội Thánh mới. *Đào Tạo Lãnh Đạo Cấp Tiến* dự đoán và hỗ trợ các lãnh đạo đang được đào tạo ra đi nâng dậy và đào tạo các lãnh đạo tiềm năng, giúp họ thấu hiểu bản thân cũng như những người đồng hành cùng họ trong một chân lý mới bằng cách áp dụng tám hình ảnh liên quan đến tám kiểu tính cách.

Bộ sách *Khóa Đào Tạo Theo Chúa Giê-su* trang bị toàn diện cho các tín hữu mới. Cuốn thứ hai trong bộ sách tiếp tục duy trì phương pháp hữu ích, thiết thực bắt đầu từ cuốn thứ nhất. Sứ vụ của Vua các Vua yêu cầu phương pháp gồm những điều tốt nhất. Đây là một kế hoạch đào tạo lãnh đạo đáp ứng được yêu cầu đó.

Roy J. Fish

Lời Cảm Ơn

Mỗi cuốn sách đào tạo là một sự kết hợp của những bài học đúc kết từ cuộc sống. Bộ sách *Đào Tạo Theo Chúa Giê-su* cũng không phải là ngoại lệ. Tôi mang ơn những người thầy đã đào tạo tôi để tôi có thể đào tạo những người khác.

Nhiều người bạn ở Đông Nam Á đã làm việc bên cạnh tôi trong quá trình xây dựng những kiến thức về đào tạo khả năng lãnh đạo. Tôi xin gửi lời cám ơn đến Gilbert David, Jeri Whitfield, Craig Garrison, Steve Smith, Neill Mims, and Woody & Lynn Thingpen về sự thấu hiểu, ủng hộ và hỗ trợ. Chúng tôi đã đồng hành cùng nhau qua nhiều năm.

Tôi xin gửi lời cám ơn đến những nhà lãnh đạo tinh thần có ảnh hưởng quan trọng trong đời tôi. Tiến sĩ Ricky Paris dạy tôi làm thế nào để tìm kiếm Chúa bằng cả trái tim. Gaylon Lane, L.D. Baxley, và Tom Popelka là hình mẫu cho tình yêu vô điều kiện và sự lãnh đạo tâm linh cùng tôi trải qua thời kì khó khăn trong hành trình của mình. Tiến sĩ Elvin McCann khuyến khích ngọn lửa truyền giáo mà Chúa khơi dậy trong tôi trở nên mạnh mẽ. Mục sư Nick Olson cho tôi thấy làm thế nào để trở nên một người có tư duy chiến lược và sống liêm chính. Tiến sĩ Ben Smith – tri kỷ của tôi - khai tâm cho tôi về Chúa Giê-su. Tiến sĩ Roy Fish đưa ra tầm nhìn để sinh sôi nảy nở môn đệ ngay từ những buổi đầu sứ vụ của tôi. Mục sư Ron Capps dạy tôi "Người lãnh đạo vĩ đại nhất chính là người đầy tớ vĩ đại nhất". Tôi xin cảm ơn tất cả, nhờ có mọi người đã đào tạo tôi trở nên một người lãnh đạo để tôi có thể đào tạo những người khác.

Tom Wells phục vụ với vai trò là một người lãnh đạo việc thờ phượng tại Highland Fellowship, Hội Thánh thứ hai chúng tôi gây dựng nên. Là một tài năng âm nhạc và là một người bạn đáng mến, Tom và tôi đã cùng thảo luận về tám hình ảnh của Chúa Ki-tô khi đang thưởng thức những tách cà phê. Ông giúp tôi phát triển nên phương pháp đơn giản để tìm ra những tính cách được áp dụng trong *Đào Tạo Lãnh Đạo Cấp Tiến*. Chúng tôi thiết lập Hội Thánh này và lên kế hoạch cho các sứ vụ dựa trên tám hình ảnh của Chúa Giê-su. Đồng thời, chúng tôi cung cấp dịch vụ tư vấn cho các Hội Thánh địa phương về tình trạng của Hội Thánh. Tom, mặc dù giờ đây người đã ở bên Thiên Chúa nhưng sứ vụ của người sẽ được tiếp tục, chúng tôi nhớ người lắm và sẽ không bao giờ quên người.

Tôi cũng xin gửi lời cám ơn đặc biệt đến David và Jill Shanks vì đã đóng góp cho dự án này. Lòng quảng đại của họ đã giúp vô số tín hữu ở Châu Á lớn mạnh hơn trong vai trò môn đệ, lãnh đạo, và phát triển Hội Thánh. Sẽ có rất nhiều người chờ đợi để nói tiếng "Cảm ơn" với họ ở trên Thiên Đàng.

Và cuối cùng, gia đình của tôi mang đến cuốn sách này như là một món quà dành cho bạn. Holli, vợ tôi và các con, Jeff, Zach, Karis, Zane đã hy sinh và ủng hộ nỗ lực để phát triển nên các lãnh đạo tâm linh nồng nhiệt và chữa lành các quốc gia trên thế giới!

Tiến sĩ Daniel B. Lancaster
Đông Nam Á

Lời Tác Giả

Thiên Chúa ban cho gia đình chúng tôi đặc quyền thành lập hai Hội Thánh tại Hoa Kỳ. Hội Thánh đầu tiên ở Hamilton, Texas, vùng nông thôn thuộc một trong những hạt nghèo nhất bang Texas. Những kí ức về mẩu nhiệm mà Thiên Chúa đã ban cho cộng đoàn tín hữu mạnh mẽ ấy để xây nên một nhà thờ 200 chỗ ngồi trong thời buổi kinh tế khó khăn vẫn còn sưởi ấm biết bao trái tim đến tận hôm nay. Thiên Chúa đã thay đổi toàn bộ cuộc sống của chúng ta khi Ngài nhớ đến Hamilton.

Chúng tôi thành lập Hội Thánh thứ hai tại Lewisville, Texas. Trước đó, tôi đã trải qua những năm tháng học trung học ở đây, khu ngoại ô tiến bộ thuộc vùng Dallas và Ft. Worth. Hội Thánh nơi tôi ở, Lakeland Baptist, tài trợ cho phong trào phát triển Hội Thánh, đã luôn hào phóng hỗ trợ chúng tôi về tài chính, tình cảm và tâm linh. Nơi đây cũng là Hội Thánh thứ mười tám trong vùng mà họ đã phát triển nên. Vì có kinh nghiệm phát triển Hội Thánh, vị mục sư yêu cầu chúng tôi thành lập Hội Thánh mà không có một nhóm trọng tâm nào, chủ yếu dựa vào việc kêu gọi từng nhà một.

Suốt hai tháng phát triển Hội Thánh, cơ thể tôi phải chịu đựng cơn đau nặng nề và sự mệt mỏi trầm trọng. Ngày các bác sĩ xác định là bệnh lao da cũng là ngày đứa con thứ tư của chúng tôi chào đời. Về sau, tôi được chẩn đoán lại với kết quả là viêm cột sống dính khớp – một loại viêm khớp gây kết dính xương sống, lồng ngực, và khớp hông. Thuốc giảm đau cũng có chút hiệu quả nhưng lại làm tôi uể oải. Tôi chỉ có thể làm việc tối đa hai giờ một ngày, thời gian còn lại dành cho việc cầu nguyện và nghỉ ngơi.

Thời kì này quả là một "đêm tối của linh hồn" trong sứ vụ của chúng tôi. Cơn đau và sự mệt mỏi hạn chế mọi thứ. Dù bị bệnh rất nặng, chúng tôi vẫn luôn cảm thấy Thiên Chúa đang kêu gọi chúng tôi thành lập Hội Thánh. Chúng tôi cầu xin được Ngài giải thoát nhưng Ngài đáp lời bằng cách nhắc nhở rằng ân sủng của Ngài thế là đủ. Chúng tôi cảm thấy như bị Thiên Chúa bỏ rơi, nhưng tình yêu của Ngài không bao giờ dao động. Chúng tôi nghi ngờ về tiếng gọi của mình, nhưng Ngài tiếp tục kéo chúng tôi lại gần Ngài và ban hy vọng. Chúng tôi tự hỏi liệu có phải là sự trừng phạt của Thiên Chúa vì tội lỗi nào đó không biết? Nhưng Ngài lại ban tràn đầy niềm tin cho chúng tôi rằng Ngài sẽ cứu rỗi những người lạc lối và mang họ về gia đình Ngài. Giấc mơ ngày nào đó đi đến khu truyền giáo nhạt dần, thậm chí biến mất.

Bạn sẽ dành thời gian để làm gì nếu bạn chỉ có hai giờ làm việc mỗi ngày cho một Hội Thánh vừa mới thành lập? Thiên Chúa dẫn dắt chúng tôi tập trung vào việc phát triển nên những người lãnh đạo. Tôi học được cách dùng một tiếng để ăn trưa với một người và để lại cho họ một kế hoạch chiến lược cho tháng sắp tới, thường được viết trên chiếc khăn ăn! Đặc tính sinh sôi nảy nở của việc đào tạo những người mà họ sẽ ra đi rao giảng nhờ thế mà được phát triển. Chúng tôi giúp mọi người phát hiện ra Thiên Chúa đã kết nối với họ như thế nào và phương pháp để ở lại trong Chúa Ki-tô với nhiều cách thiết thực. Nhiều người lớn và trẻ nhỏ bước vào Nước Chúa, bất chấp nỗi đau thể xác mà chúng tôi phải đối mặt.

Ba năm sau kể từ khi tôi phát bệnh, chúng tôi tiến hành một phương thuốc mới đã biến bóng đêm của chúng tôi thành bình minh. Cơn đau và sự mệt mỏi trở nên có thể ổn định được. Thay vì trở lại với kiểu mẫu cũ là vị mục sư phải thực hiện mọi thứ, chúng tôi kiên trì duy trì phương pháp phát triển nên những người lãnh đạo. bốn năm sau khi thành lập Hội Thánh, tôi nhận được một thị kiến đi đến Đông Nam Á cùng với một người bạn. Khi bước xuống máy bay, Lời Chúa vang lên trong tim tôi: "Chào mừng con trở về nhà". Tôi gọi cho vợ mình ngay đêm đó, cô ấy xác nhận rằng Thiên Chúa đã kêu gọi như vậy với cả hai chúng tôi. Một năm sau, gia đình bốn người chúng tôi bán tất cả những gì chúng tôi có và chuyển đến Đông Nam Á.

Chúng tôi làm việc trong một đất nước khép kín và bắt đầu đào tạo môn đệ. Chúng tôi cầu xin Thiên Chúa ban cho ba người đàn ông và ba người phụ nữ để chúng tôi có thể rót ban những tinh túy của cuộc đời Ki-tô hữu chúng tôi, như gương Chúa Giê-su tập trung vào Phê-rô, Gia-cô-bê và Gio-an. Thiên Chúa đáp lời và gửi đến cho chúng tôi những người mà chúng tôi có thể đồng hành và đào tạo, như Bác-na-ba đào tạo Phao-lô. Khi chúng tôi đào tạo nhiều người theo Chúa Giê-su, họ thành lập nhiều nhóm mới, vài trong số đó trở thành các Hội Thánh. Khi phát triển, các nhóm và các Hội Thánh phải vật lộn với nhu cầu về nhiều nhà lãnh đạo tốt hơn. Đất nước nơi chúng tôi thực hiện sứ vụ cũng chịu đựng việc khó khăn trong việc thiếu lãnh đạo trong khi việc đào tạo lãnh đạo lại ít ỏi. Chúng tôi tiến hành một cuộc nghiên cứu lớn về phương pháp mà Chúa giê-su đã đào tạo môn đệ trở nên cách nhà lãnh đạo. Chúng tôi giảng dạy các bài học cho những người bạn bản xứ và phát hiện ra một khám phá thú vị: đào tạo môn đệ và lãnh đạo giống như hai mặt của một đồng tiền. "Đào tạo môn đệ" mô tả sự khởi đầu của cuộc hành trình trong khi "Đào tạo lãnh đạo" mô tả quá trình tiếp diễn của cuộc hành trình đó. Chúng tôi cũng phát hiện ra rằng càng theo gương Chúa Giê-su, công cuộc đào tạo càng trở nên có thể nhân rộng.

Các bài học có thể nhân rộng mà chúng tôi giảng dạy cho các lãnh đạo nằm trong cẩm nang đào tạo này. Chúa Giê-su chính là vị lãnh đạo vĩ đại nhất mọi thời đại, Người sống cùng với những ai theo Người. Theo Chúa Giê-su, chúng ta cũng trở nên những nhà lãnh đạo tài giỏi hơn. Cầu Thiên Chúa ban ơn lành cho bạn trở nên một người lãnh đạo và cho những người được bạn ảnh hưởng xuyên suốt cẩm nang đào tạo này. Nhiều lãnh đạo đã và đang đào tạo thành công những thế hệ lãnh đạo bằng các kiến thức này, chúng tôi cầu xin Thiên Chúa giáng phúc cho cuộc đời bạn khi bạn thực hiện như vậy.

Phần 1

Bu-lông và đai ốc

Kế Hoạch Của Chúa Giê-Su

Kế hoạch rao giảng cho toàn thế giới của Chúa Giê-su gồm năm bước: Lớn mạnh trong Chúa, loan báo Tin Mừng, đào tạo môn đệ, thành lập các nhóm phát triển thành các Hội Thánh, và đào tạo các nhà lãnh đạo. Mỗi bước được thực hiện riêng lẻ và kết hợp lại thành một quy trình đồng bộ. Khóa Đào Tạo Theo Chúa Giê-su truyền tự tin cho các đào tạo viên để trở thành chất xúc tác của phong trào phát triển Hội Thánh cho người dân của họ bằng việc noi gương theo Chúa Giê-su.

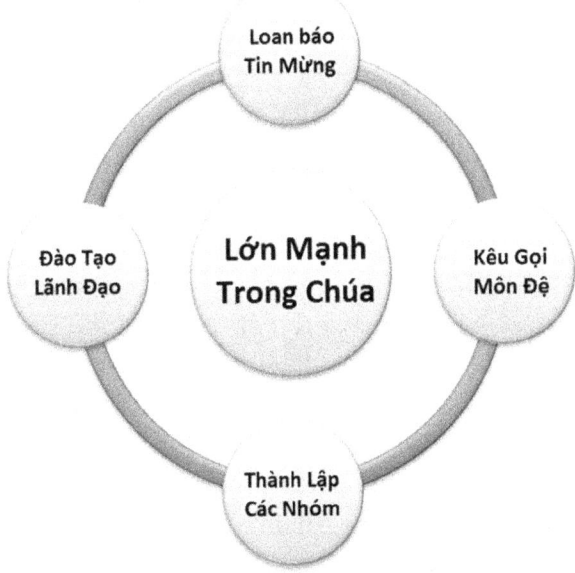

Khóa Đào Tạo Theo Chúa Giê-su khởi đầu với *Đào Tạo Môn Đệ Cấp Tiến* và bước đầu tiên trong bốn bước của Kế Hoạch Của Chúa Giê-Su. Môn đệ học cách cầu nguyện, vâng lời Chúa Giê-su và sống theo quyền năng Chúa Thánh Thần (Lớn mạnh trong Chúa). Tiếp theo, môn đệ sẽ khám phá ra cách liên kết với Thiên Chúa ở bất cứ nơi nào Ngài đang làm việc; cũng như học cách loan báo lời chứng – vũ khí mạnh mẽ trên chiến trường tâm linh. Tiếp theo, môn đệ học cách loan báo Tin Mừng và mời gọi mọi người trở về Nhà Chúa (Loan báo Tin Mừng). Sau khi hoàn tất khóa học, các lãnh đạo sẽ có những công cụ cần thiết để thành lập một nhóm nhỏ, đưa ra tầm nhìn về sinh sôi nảy nở, và lên kế hoạch để vươn đến cộng đồng của họ (Thành lập Các Nhóm).

Việc phát triển môn đệ bộc lộ hai nhu cầu có liên quan với nhau là khi chúng ta đào tạo và huấn luyện họ. Các lãnh đạo đang trỗi dậy tự hỏi làm thế nào để phát triển thành lãnh đạo tâm linh và những bước cần thiết để chuyển đổi từ một nhóm thành một Hội Thánh. Vì các bước trong Kế Hoạch Của Chúa Giê-Su không liên tục, một vài môn đệ yêu cầu được đào tạo khả năng lãnh đạo và tiếp theo là khả năng phát triển Hội Thánh. Một số thì đi ngược lại quá trình đó. Cuối cùng, chúng tôi tổ chức hai hội thảo đào tạo phụ thêm cho các môn đệ đã từng áp dụng *Đào Tạo Môn Đệ Cấp Tiến* và đầy niềm tin ra đi rao giảng.

Thành Lập Hội Thánh Cấp Tiến hỗ trợ cho các Hội Thánh hiện nay trong việc thành lập các nhóm mới và các Hội Thánh mới – bước thứ tư trong Kế Hoạch Của Chúa Giê-Su. Một số ít lãnh đạo đã thành lập một Hội Thánh và đã phạm phải một lỗi thường gặp là mô phỏng cấu trúc của Hội Thánh của họ hiện tại cho Hội Thánh mới. Phương pháp này hầu như chỉ đưa đến những kết quả hạn chế. *Thành Lập Hội Thánh Cấp Tiến* giúp tránh lỗi này bằng cách đào tạo các môn đệ phương pháp để theo tám mệnh lệnh của Chúa Ki-tô mà Hội Thánh đã tuân theo trong Sách Công Vụ Tông Đồ chương 2. Nhóm làm việc thông qua các ứng dụng thực tế của từng mệnh lệnh và cùng nhau gây dựng nên một giao ước Hội Thánh. Nếu nhóm cảm nhận được sự dẫn dắt của Thiên Chúa, hội thảo sẽ kết thúc bằng một buổi lễ kỉ niệm và hiến dâng như là một Hội Thánh mới.

Đào Tạo Lãnh Đạo Cấp Tiến giúp các lãnh đạo đào tạo những người khác trở thành những lãnh đạo tâm linh nồng nhiệt – bước thứ năm trong Kế Hoạch Của Chúa Giê-Su. Một yếu tố chủ chốt trong phong trào phát triển Hội Thánh chính là sự phát triển lãnh đạo. Hội thảo trình bày cho các lãnh đạo thấy được phương pháp mà Chúa Giê-su đã áp dụng để đào tạo các lãnh đạo và bảy đặc điểm lãnh đạo của Chúa Giê-su, vị lãnh đạo vĩ đại nhất mọi thời đại. Các lãnh đạo khám phá ra kiểu tính cách của họ và các phương pháp để giúp những người có kiểu tính cách khác nhau làm việc cùng nhau. Cuối cùng, các lãnh đạo lập nên một "Kế Hoạch Chúa Giê-su" dựa trên mười hai nguyên tắc sứ vụ mà Chúa Giê-su đã ban cho các môn đệ trong Tin Mừng theo Thánh Lu-ca chương 10. Khóa học kết thúc bằng việc các lãnh đạo chia sẻ "Kế Hoạch Chúa Giê-su" và cầu nguyện với một người khác. Các lãnh đạo cam kết huấn luyện lẫn nhau và đào tạo các lãnh đạo mới.

Thành Lập Hội Thánh Cấp Tiến và *Đào Tạo Lãnh Đạo Cấp Tiến* đào tạo môn đệ phương pháp để theo gương sứ vụ của Chúa Giê-su. Đào tạo viên trao cho lãnh đạo những công cụ cần thiết mà họ có thể thông thạo và chia sẻ cho mọi người. *Khóa Đào Tạo Theo Chúa Giê-su* không phải là một khóa học, mà là một con đường để sống. Trải qua hơn hai ngàn năm, Thiên Chúa đã ban ơn lành và thay đổi vô số cuộc đời thông qua sự thánh thiện của Chúa Con. Các tín hữu đi theo Kế Hoạch Của Chúa Giê-Su và thấy được toàn bộ sự biến đổi của các nền văn hóa. Cầu xin Thiên Chúa cũng giáng phúc như vậy cho cuộc đời của bạn và những người mà bạn đào tạo để theo Chúa Giê-su.

Đào Tạo Lãnh Đạo

Đào Tạo Lãnh Đạo Cấp Tiến được viết tiếp theo cuốn một, *Đào Tạo Môn Đệ Cấp Tiến*, nhằm giúp đỡ những người đã thành lập các nhóm môn đệ phát triển thành các lãnh đạo và sinh sôi nảy nở thêm nhiều nhóm mới.

Kết Quả Thu Được Từ Khóa Đào Tạo

Sau khi kết thúc khóa đào tạo, học viên có thể:

- Giảng dạy cho các lãnh đạo khác mười bài học cốt lõi về lãnh đạo.
- Đào tạo các lãnh đạo khác áp dụng quy trình có thể nhân rộng dựa theo Chúa Giê-su.
- Xác định các kiểu tính cách khác nhau và giúp mọi người làm việc nhóm hiệu quả.
- Xây dựng kế hoạch mang tính chiến lược nhằm khơi dậy những tâm linh bị hư mất trong cộng đồng và sinh sôi nảy nở thêm nhiều nhóm mới.
- Tìm hiểu phương pháp dẫn dắt một phong trào phát triển Hội Thánh.

Quy Trình Đào Tạo

Mỗi buổi đào tạo lãnh đạo theo cùng một dạng, dựa trên quy trình mà Chúa Giê-su đã đào tạo các môn đệ trở nên các lãnh đạo. Hãy áp dụng cấu trúc bài học chung sau cùng với những giai đoạn được đề nghị.

Ca Tụng

- Cùng hát hai bài thánh ca hoặc điệp khúc (hoặc nhiều hơn nếu thời gian cho phép).

(10 phút)

Tiến Triển

- Một lãnh đạo chia sẻ về tiến triển trong sứ vụ của mình kể từ lần gặp cuối cùng của các lãnh đạo. Cả nhóm cùng cầu nguyện cho người lãnh đạo và sứ vụ của người đó.

(10 phút)

Vấn Đề

- Đào tạo viên trình bày một vấn đề lãnh đạo thường gặp, giải thích bằng một câu chuyện hay ví dụ cá nhân.

(5 phút)

KẾ HOẠCH

- Đào tạo viên giảng dạy các lãnh đạo một bài học lãnh đạo đơn giản nhằm trao cho họ sự sáng suốt và những kĩ năng để giải quyết vấn đề lãnh đạo.

(20 phút)

THỰC HÀNH

- Các lãnh đạo chia thành nhiều nhóm bốn người và thực hành phương pháp đào tạo lãnh đạo bằng cách thảo luận về bài học vừa được học, bao gồm:
    - Progress made in this leadership area. Tiến triển trong lĩnh vực lãnh đạo này.
    - Vấn đề phải đối mặt trong lĩnh vực lãnh đạo.
    - Những kế hoạch nhằm cải thiện trong 30 ngày tới dựa theo bài học lãnh đạo.
    - Một kĩ năng mà họ sẽ thực hành trong 30 ngày tới dựa theo bài học lãnh đạo.

- Các lãnh đạo đứng dậy và cùng nhau lập lại câu Kinh Thánh ghi nhớ mười lần gồm đọc sách Kinh Thánh sáu lần, và bốn lần bằng trí nhớ.

(30 phút)

CẦU NGUYỆN

- Các nhóm chia sẻ lời cầu nguyện và cầu nguyện cho nhau.

(10 phút)

KẾT THÚC

- Hầu hết các buổi học kết thúc bằng một hoạt động học tập nhằm giúp các lãnh đạo ứng dụng bài học lãnh đạo cho hoàn cảnh của họ.

(15 phút)

LỊCH TRÌNH ĐÀO TẠO

Áp dụng cẩm nang này để hỗ trợ cho các hội thảo ba ngày hay mười hai tuần. Từng buổi trong cả hai lịch trình này đều diễn ra trong khoảng một tiếng rưỡi và áp dụng **Quy Trình Đào Tạo Đào Tạo Viên ở trang 19.**

Khóa đào tạo lãnh đạo thường diễn ra mỗi tháng một hoặc hai lần, hay theo dạng hội thảo ba ngày. Chỉ nên có các lãnh đạo đang dẫn dắt một nhóm tham gia.

Lịch trình ba ngày

	Ngày 1	Ngày 2	Ngày 3
8:30	Lời Chào Mừng	Cùng Nhau Mạnh Mẽ Hơn	Thành Lập Các Nhóm
10:00	Giải lao	Giải lao	Giải lao
10:30	Đào Tạo Như Chúa Giê-su	Thi Diễn Kịch	Nhân Rộng Các Nhóm
12:00	Bữa trưa	Bữa trưa	Bữa trưa
1:00	Dẫn Dắt Như Chúa Giê-Su	Loan Báo Tin Mừng	Theo Chúa Giê-su
2:30	Giải lao	Giải lao	
3:00	Lớn Mạnh	Đào Tạo Môn Đệ	
5:00	Bữa tối	Bữa tối	

Lịch trình hàng tuần

Tuần 2	Lời Chào Mừng	Tuần 6	Loan Báo Tin Mừng
Tuần 2	Đào Tạo Như Chúa Giê-su	Tuần 7	Đào Tạo Môn Đệ
Tuần 3	Dẫn Dắt Như Chúa Giê-Su	Tuần 8	Thành Lập Các Nhóm
Tuần 4	Lớn Mạnh	Tuần 9	Nhân Rộng Các Nhóm
Tuần 5	Cùng Nhau Mạnh Mẽ Hơn	Tuần 10	Theo Chúa Giê-su

Các Nguyên Tắc Đào Tạo

Giúp đỡ những người phát triển thành lãnh đạo thật thú vị và là một công việc đòi hỏi nhiều cố gắng. Ngược lại với ý kiến số đông, trở thành lãnh đạo là do nỗ lực chứ không phải bẩm sinh. Để có được thêm nhiều lãnh đạo, chương trình phát triển lãnh đạo phải có chủ đích và hệ thống. Nhiều người nhầm lẫn khi tin rằng lãnh đạo là do tính cách của người đó. Tuy nhiên, một cuộc khảo sát nhanh các vị mục sư thành công của các Hội Thánh lớn tại Hoa Kỳ cho thấy các vị mục sư có những tính cách khác nhau. Khi chúng ta theo Chúa Giê-su chính là theo vị lãnh đạo vĩ đại nhất mọi thời đại để rồi tự bản thân trở nên những nhà lãnh đạo.

Đào tạo các lãnh đạo cần một phương pháp cân bằng cho việc phát triển lãnh đạo. Một phương pháp cân bằng bao gồm làm việc dựa trên kiến thức, cá tính, kĩ năng, động cơ. Một người cần phải có đủ bốn yếu tố để trở thành một lãnh đạo tốt. Không có kiến thức, những giả định sai và sự hiểu lầm sẽ làm lãnh đạo lệch hướng. Không có cá tính, lãnh đạo sẽ phạm phải những lỗi lầm về đạo đức và tâm linh, công tác truyền giáo sẽ bị cản trở. Không có những kĩ năng cần thiết, lãnh đạo sẽ liên tục "phát minh lại bánh xe" hay lặp lại các phương pháp đã lỗi thời. Cuối cùng, người lãnh đạo có kiến thức, cá tính, kĩ năng nhưng lại có động cơ không tốt sẽ chỉ quan tâm đến hiện tại và bảo vệ địa vị của mình.

Lãnh đạo phải học những công cụ chủ chốt để hoàn thành công việc. Sau khi trải qua giờ cầu nguyện quan trọng, mỗi người lãnh đạo cần có một tầm nhìn thuyết phục. Tầm nhìn trả lời cho câu hỏi "Những gì cần phải xảy ra tiếp theo?". Lãnh đạo phải biết mục đích của việc họ đang làm. Mục đích trả lời cho câu hỏi "Tại sao điều này lại quan trọng?". Việc biết được câu trả lời cho thắc mắc này đã và đang dẫn dắt nhiều lãnh đạo bước qua những thời kì khó khăn. Tiếp theo, lãnh đạo phải nắm rõ công tác truyền giáo của mình. Thiên Chúa mang con người đến với nhau thành cộng đồng là để thi hành Ý Chúa. Sứ vụ trả lời cho câu hỏi "Những ai cần được mời gọi?". Sau cùng, người lãnh đạo tài giỏi phải có những mục tiêu rõ ràng, súc tích để theo đuổi. Thông thường, một lãnh đạo sẽ đưa ra tầm nhìn, mục đích, sứ vụ xuyên suốt từ bốn đến năm mục tiêu. Mục tiêu trả lời cho câu hỏi "Chúng ta sẽ thực hiện như thế nào?".

Chúng tôi đã phát hiện ra thật khó khăn để tụ họp các lãnh đạo đang trỗi dậy thành một nhóm. Thiên Chúa sẽ luôn luôn làm bạn bất ngờ về người mà Ngài chọn! Phương pháp hiệu quả nhất là đối xử với từng người như thể họ đã là lãnh đạo. Một người có thể chỉ lãnh đạo bản thân họ, nhưng vẫn là lãnh đạo. Con người trở nên những lãnh đạo tốt hơn tỷ lệ thuận với mong đợi của chúng tôi (niềm tin). Khi chúng tôi đối xử với người khác như môn đệ, họ trở thành môn đệ. Khi chúng tôi đối xử với người khác như là lãnh đạo, họ trở nên những người lãnh đạo. Chúa Giê-su chọn người từ mọi giai cấp của xã hội để cho chúng ta thấy khả năng lãnh đạo giỏi dựa trên lòng trung thành với Ngài, chứ không phải là những dấu hiệu bên ngoài mà người ta thường tìm kiếm. Tại sao chúng ta thiếu những người lãnh đạo? Vì các lãnh đạo hiện nay từ chối trao cho người khác cơ hội để dẫn dắt.

Ít yếu tố nào ngăn chặn một phong trào của Thiên Chúa nhanh hơn là sự thiếu hụt lãnh đạo. Buồn thay, chúng tôi phải đương đầu với sự thiếu hụt này trong hầu hết những nơi mà chúng tôi đào tạo người ta (bao gồm cả Hoa Kỳ). Những lãnh đạo ngoan đạo chính là chìa khóa của shalom – hòa bình, ơn lành, và sự công bình – trong một cộng đồng. Một câu nói nổi tiếng của Albert Einstein có thể được diễn giải như sau: "Chúng ta không thể giải quyết vấn đề hiện tại của mình bằng trình độ lãnh đạo hiện có". Thiên Chúa đang áp dụng Khóa Đào Tạo Theo Chúa Giê-su để trang bị và thúc đẩy nhiều lãnh đạo mới. Chúng tôi cầu nguyện Thiên Chúa sẽ thực hiện điều đó với bạn. Cầu xin vị lãnh đạo vĩ đại nhất mọi thời đại ban phúc lành tâm linh tràn đầy trái tim và tâm trí bạn, giúp bạn trở nên mạnh mẽ và tăng cường ảnh hưởng của bạn – sự thử thách đích thực của lãnh đạo.

Phần 2

Đào Tạo Lãnh Đạo

1

Lời Chào Mừng

Đào tạo viên và lãnh đạo giới thiệu nhau trong bài học đầu tiên. Lãnh đạo sẽ được học về sự khác nhau giữa phương pháp Hy Lạp và phương pháp đào tạo của Hê-brơ. Chúa Giê-su đã áp dụng cả hai phương pháp, chúng ta nên làm theo Ngài. Phương pháp Hê-brơ có hiệu quả nhất trong đào tạo lãnh đạo và được sử dụng nhiều nhất trong *Đào Tạo Lãnh Đạo Cấp Tiến*

Mục tiêu của bài học nhằm giúp các lãnh đạo hiểu được Kế Hoạch Của Chúa Giê-Su vươn ra toàn thế giới. Năm bước của kế hoạch bao gồm: Lớn Mạnh Trong Chúa, Loan Báo Tin Mừng, Đào Tạo Môn Đệ, Thành Lập Các Nhóm Trở Nên Các Hội Thánh, và Đào Tạo Các Nhà Lãnh Đạo. Các lãnh đạo ôn lại những bài học trong *Phần 1 của Khóa Đào Tạo Theo Chúa Giê-su: Đào Tạo Môn Đệ Cấp Tiến* là trang bị cho các tín hữu để thành công trong từng bước của kế hoạch của Người. Lãnh đạo cũng thực hành đưa ra tầm nhìn của việc theo Kế Hoạch Của Chúa Giê-Su. Buổi học kết thúc bằng một cam kết theo Chúa Giê-su và vâng lời Người mỗi ngày.

Ca Tụng

- Cùng hát hai bài thánh ca hoặc điệp khúc.
- Đề nghị một người lãnh đạo khả kính cầu nguyện cho sự hiện diện và ơn lành của Thiên Chúa cho suốt khóa học.

Khởi Đầu

Giới Thiệu Các Đào Tạo Viên

- Các đào tạo viên và lãnh đạo ngồi lại với nhau thành hình tròn để tiến hành buổi học mở đầu. Để tăng thêm không khí thoải mái, hãy cất đi bất cứ bàn ghế nào đã được sắp đặt trước đó.
- Đào tạo viên làm mẫu cho các lãnh đạo thấy để họ tự giới thiệu mình.
- Đào tạo viên và trợ giảng giới thiệu lẫn nhau, cho nhau biết tên, thông tin về gia đình, dân tộc (nếu phù hợp), và cách mà Thiên Chúa đã ban phước cho họ trong suốt cả tháng.

Giới Thiệu Lãnh Đạo

- Chia các lãnh đạo thành từng cặp

    Nói với họ: "Các bạn giới thiệu cộng sự của mình theo cách như chúng tôi đã thực hiện".

- Họ nên tìm hiểu về tên của người cộng sự cũng như thông tin về gia đình, dân tộc (nếu phù hợp), và cách mà Thiên Chúa đã ban phước cho họ trong tháng vừa qua. Tốt hơn là nên viết ra giấy để không quên.

- Khoảng năm phút sau, đề nghị các cặp giới thiệu nhau cho ít nhất năm người khác theo cùng cách mà bạn và người trợ giảng đã thực hiện.

Chúa Giê-Su Đã Đào Tạo Các Lãnh Đạo Như Thế Nào?

- Đề nghị các lãnh đạo đặt ghế của họ theo từng hàng – phương pháp giảng dạy truyền thống. Họ nên đặt ít nhất hai hàng và có một lối đi ở giữa. Các lãnh đạo ngồi theo từng hàng và người đào tạo viên ngồi ở phía trước.

  Chúng tôi gọi đây là phương pháp "Hy Lạp". Giảng viên truyền đạt kiến thức, học viên đưa ra một vài câu hỏi, mọi người chú tâm vào giảng viên. Thông thường, các giảng viên tổ chức lớp học theo cách này, đặc biệt là với trẻ nhỏ".

- Đề nghị các lãnh đạo đặt ghế của họ lại theo vòng tròn như lúc đầu của buổi học. Cả lớp cùng ngồi quây quần lại với nhau.

  "Chúng tôi gọi đây là phương pháp giảng dạy Hê-brơ. Giảng viên đưa ra vài câu hỏi, học viên thảo luận chủ đề, mọi người chú tâm vào người đang nói, chứ không chỉ là giảng viên. Các giảng viên đôi khi áp dụng phương pháp này khi giảng dạy cho người lớn. Vậy, Chúa Giê-su đã áp dụng phương pháp nào?"

- Cho các lãnh đạo thảo luận câu hỏi rồi trả lời rằng "Cả hai". Chúa Giê-su áp dụng phương pháp Hy Lạp khi Người dẫn dắt đám đông và phương pháp Hê-brơ khi Người đào tạo các môn đệ trở nên những nhà lãnh đạo.

  "Phương pháp nào các giảng viên của bạn thường áp dụng?"

- Giảng viên thường áp dụng phương pháp Hy Lạp nhiều hơn. Vì thế, chúng ta cảm thấy thoải mái nhất khi học theo phương pháp đó.

"Trong khóa đào tạo này, chúng tôi sẽ cho bạn thấy làm thế nào để đào tạo các lãnh đạo theo như Chúa Giê-su đã làm. Hầu hết các nội dung trong Đào Tạo Lãnh Đạo Cấp Tiến đều được áp dụng theo phương pháp Hê-brơ, vì Chúa Giê-su đã áp dụng phương pháp này khi Người đào tạo các lãnh đạo. Chúng tôi muốn noi gương theo Người".

Kế Hoạch

"Mục tiêu của chúng tôi trong bài học này là tìm hiểu Kế Hoạch Của Chúa Giê-Su nhằm vươn ra toàn thế giới, nhờ đó chúng tôi có thể đi theo Người".

Ai Xây Dựng Nên Hội Thánh?

–MÁT-THÊU 16:18–
CÒN THẦY, THẦY BẢO CHO ANH BIẾT: ANH LÀ PHÊ-RÔ, NGHĨA LÀ TẢNG ĐÁ, TRÊN TẢNG ĐÁ NÀY, THẦY SẼ XÂY HỘI THÁNH CỦA THẦY, VÀ QUYỀN LỰC TỬ THẦN SẼ KHÔNG THẮNG NỔI.

"Chúa Giê-su xây dựng nên Hội Thánh của Ngài".

Tại Sao Người Xây Dựng Hội Thánh Lại Quan Trọng?

–THÁNH VỊNH 127:1–
VÍ NHƯ CHÚA CHẲNG XÂY NHÀ, THỢ NỀ VẤT VẢ CŨNG LÀ UỔNG CÔNG. THÀNH KIA MÀ CHÚA KHÔNG

PHÒNG GIỮ, UỔNG CÔNG NGƯỜI TRẤN THỦ CANH ĐÊM.

"Nếu Chúa Giê-su không xây dựng Hội Thánh, những gì ta làm sẽ trở nên vô nghĩa. Trong suốt thời kì đầu trong sứ vụ của Người và lịch sử Hội Thánh, Chúa Giê-su đã luôn xây dựng Hội Thánh bằng cùng một kế hoạch. Hãy học kế hoạch của Người để chúng ta có thể theo Người".

Chúa Giê-Su Xây Dựng Hội Thánh Của Người Như Thế Nào?

- Vẽ biểu đồ bên dưới, theo từng mục trong khi bạn chia sẻ về Kế Hoạch Của Chúa Giê-Su nhằm vươn ra toàn thế giới.

LỚN MẠNH TRONG CHÚA

–LU-CA 2:52–
CÒN ĐỨC GIÊ-SU, NGÀY CÀNG THÊM KHÔN NGOAN, THÊM CAO LỚN VÀ THÊM ÂN NGHĨA ĐỐI VỚI THIÊN CHÚA VÀ NGƯỜI TA.

–LU-CA 4:14–
ĐƯỢC QUYỀN NĂNG THẦN KHÍ THÚC ĐẨY, ĐỨC GIÊ-SU TRỞ VỀ MIỀN GA-LI-LÊ, VÀ TIẾNG TĂM NGƯỜI ĐỒN RA KHẮP VÙNG LÂN CẬN.

"Bước đầu tiên trong Kế Hoạch Của Chúa Giê-Su là "Lớn Mạnh Trong Chúa". Lãnh đạo tâm linh dựa trên một mối liên hệ gần gũi và trong sạch với Thiên Chúa. Để trở nên mạnh mẽ, chúng ta phải ở lại trong Chúa Giê-su.

✋ Lớn Mạnh Trong Chúa
Đưa hai tay vào tư thế như một người đàn ông mạnh mẽ.

Khi ở lại trong Chúa Giê-su, chúng ta cầu nguyện, vâng lời Người, sống theo Thần Khí, và tham gia vào nơi Người đang làm việc".

- ÔN LẠI các bài học "Cầu Nguyện", "Vâng Lời", và "Bước Đi" cùng các ký hiệu tay trong *Khóa Đào Tạo Theo Chúa Giê-su, Phần 1: Đào Tạo Môn Đệ Cấp Tiến*.

"Những bài học này đào tạo chúng ta làm thế nào để ở lại trong Chúa Ki-tô, đồng thời giúp chúng ta đào tạo những người khác ở lại trong Người. Một trong những yếu tố để trở nên lớn mạnh trong Chúa chính là tuân giữ những mệnh lệnh của Ngài được biểu lộ trong toàn bộ Kế Hoạch Của Chúa Giê-Su, mà chúng ta cần phải vâng theo ngay lập tức, mọi lúc, và xuất phát từ tấm lòng chan chứa tình yêu".

LOAN BÁO TIN MỪNG

–MÁC-CÔ 1:14, 15–
SAU KHI ÔNG GIO-AN BỊ NỘP, ĐỨC GIÊ-SU ĐẾN MIỀN GA-LI-LÊ RAO GIẢNG TIN MỪNG CỦA THIÊN CHÚA. NGƯỜI NÓI: "THỜI KỲ ĐÃ MÃN, VÀ TRIỀU ĐẠI THIÊN CHÚA ĐÃ ĐẾN GẦN. ANH EM HÃY SÁM HỐI VÀ TIN VÀO TIN MỪNG".

"Chúng ta lớn mạnh trong Chúa bằng việc cầu nguyện và sống theo Thần Khí. Một cách khác nữa là tuân theo mệnh lệnh của Chúa Giê-su. Chúa Giê-su ra lệnh cho chúng ta tham gia vào nơi mà Người làm việc và loan báo Tin Mừng".

🖐 Loan báo Tin Mừng
Vung tay ra như thể đang gieo hạt.

"Đối với số đông, chia sẻ lời chứng về việc Thiên Chúa đã cứu rỗi họ như thế nào là một khởi đầu lý tưởng khi loan báo Tin Mừng cho mọi người. Người ta thích thú lắng nghe và tận hưởng câu chuyện của chúng ta. Chia sẻ lời chứng của mình đồng thời cho phép chúng ta xét xem liệu Chúa Thánh Thần có đang làm việc không để tham gia cùng với Ngài.

Khi thấy được nơi Thiên Chúa đang làm việc, chúng ta loan báo Tin Mừng Đơn Giản. Hãy đảm bảo rằng bạn sẽ gieo rắc hạt giống Tin Mừng. Luôn nhớ: không gieo hạt, không thu hoạch!"

- ÔN LẠI các bài học "Ra Đi", "Chia Sẻ", và "Gieo Hạt" cùng các ký hiệu tay trong *Khóa Đào Tạo Theo Chúa Giê-su, Phần 1: Đào Tạo Môn Đệ Cấp Tiến*.

"Đừng rơi vào bất cứ bẫy nào của Xa-tan vào lúc này. Rất nhiều tín hữu đã sai lầm khi nghĩ rằng họ cần trở nên lớn mạnh hơn trong Chúa trước khi loan báo Tin Mừng. Họ không nhận ra rằng ngược lại mới là đúng. Chúng ta trưởng thành hơn chỉ sau khi đã và đang tuân theo mệnh lệnh của Chúa Giê-su. Tuân lệnh Chúa Giê-su bằng việc loan báo Tin Mừng và rồi niềm tin của bạn sẽ lớn mạnh hơn. Nếu bạn chờ cho đến khi cảm thấy "đủ mạnh", bạn sẽ không bao giờ chia sẻ niềm tin của mình".

ĐÀO TẠO MÔN ĐỆ

–MÁT-THÊU 4:19–
NGƯỜI BẢO CÁC ÔNG: "CÁC ANH HÃY THEO TÔI, TÔI SẼ LÀM CHO CÁC ANH THÀNH NHỮNG KẺ LƯỚI NGƯỜI NHƯ LƯỚI CÁ".

"Khi chúng ta ở lại trong Chúa Giê-su và tuân theo mệnh lệnh của Người ra đi loan báo Tin Mừng, người ta sẽ hồi đáp và mong muốn trưởng thành như những tín hữu".

✋ Make Disciples Đào Tạo Môn Đệ
Đặt tay lên ngực rồi chuyển sang tư thế thờ phượng. Đặt tay lên eo rồi chuyển sang tư thế cầu nguyện. Chỉ tay lên đầu rồi hạ xuống như thể bạn đang đọc sách. Đưa hai tay vào tư thế như người đàn ông mạnh mẽ rồi vung tay như thể đang gieo hạt.

"Mệnh lệnh quan trọng nhất để vâng theo là mến Chúa yêu người. Chúng ta chỉ cho những môn đệ mới của Chúa Giê-su những phương pháp thiết thực để thực hiện điều đó. Chúng ta cũng dạy họ cách cầu nguyện, vâng lệnh Chúa Giê-su, sống theo Thần Khí, đi đến nơi Chúa Giê-su đang

làm việc, chia sẻ lời chứng, và loan báo Tin Mừng, để họ cũng có thể được lớn mạnh trong Chúa".

- ÔN LẠI bài học "Tình Yêu" cùng các ký hiệu tay trong Khóa Đào Tạo Theo Chúa Giê-su, Phần 1: Đào Tạo Môn Đệ Cấp Tiến.

THÀNH LẬP CÁC NHÓM/ HỘI THÁNH

–MÁT-THÊU 16:18–
CÒN THẦY, THẦY BẢO CHO ANH BIẾT: ANH LÀ PHÊ-RÔ, NGHĨA LÀ TẢNG ĐÁ, TRÊN TẢNG ĐÁ NÀY, THẦY SẼ XÂY HỘI THÁNH CỦA THẦY, VÀ QUYỀN LỰC TỬ THẦN SẼ KHÔNG THẮNG NỔI.

"Vì ở lại trong Chúa Giê-su và tuân theo lệnh Người, chúng ta loan báo Tin Mừng và đào tạo môn đệ. Tiếp theo, chúng ta noi gương Người và thành lập các nhóm cùng nhau thờ phượng, cầu nguyện, học tập, và thực hiện sứ vụ. Chúa Giê-su đang thành lập các nhóm như vậy trên toàn thế giới để củng cố Hội Thánh của Người và giúp các Hội Thánh thành lập nên những Hội Thánh mới để vinh danh Người".

🖐 Thành lập các Nhóm/ Hội Thánh
Dùng hai tay tạo một hành động như thể bạn đang mời gọi mọi người quây quần quanh bạn.

PHÁT TRIỂN LÃNH ĐẠO

–MÁT-THÊU 10:5-8–
ĐỨC GIÊ-SU SAI MƯỜI HAI ÔNG ẤY ĐI VÀ CHỈ THỊ RẰNG: "ANH EM ĐỪNG ĐI VỀ PHÍA CÁC DÂN NGOẠI, CŨNG ĐỪNG VÀO THÀNH NÀO CỦA DÂN SA-MA-RI.

TỐT HƠN LÀ HÃY ĐẾN VỚI CÁC CON CHIÊN LẠC NHÀ ÍT-RA-EN. DỌC ĐƯỜNG HÃY RAO GIẢNG RẰNG; NƯỚC TRỜI ĐÃ ĐẾN GẦN. ANH EM HÃY CHỮA LÀNH NGƯỜI ĐAU YẾU, LÀM CHO KẺ CHẾT SỐNG LẠI, CHO NGƯỜI PHONG HỦI ĐƯỢC SẠCH BỆNH, VÀ KHỬ TRỪ MA QUỶ. ANH EM ĐÃ ĐƯỢC CHO KHÔNG, THÌ CŨNG PHẢI CHO KHÔNG NHƯ VẬY".

"Vì ở lại trong Chúa Ki-tô, chúng ta biểu lộ tình yêu của mình với Ngài bằng việc vâng lệnh Ngài. Chúng ta loan báo Tin Mừng để những người hư mất có thể trở về Gia Đình Thiên Chúa. Chúng ta đào tạo nên những môn đệ mến Chúa yêu người. Chúng ta thành lập các nhóm cùng nhau thờ phượng, cầu nguyện, học tập, và thực hiện sứ vụ. Càng nhiều nhóm càng cần nhiều lãnh đạo. Hãy tuân theo nguyên tắc 222 trong Thư thứ 2 gửi ông Ti-mô-thê chương 2 câu 2, chúng ta đào tạo các nhà lãnh đạo, để họ đào tạo những nhà lãnh đạo khác, và cứ thế tiếp tục không ngừng".

✋ Phát triển lãnh đạo
   Đứng nghiêm và chào như một người lính.

- ÔN LẠI bài học "Sinh sôi nảy nở" cùng các ký hiệu tay trong *Khóa Đào Tạo Theo Chúa Giê-su, Phần 1: Đào Tạo Môn Đệ Cấp Tiến.*

"Xin hãy tránh một hiểu lầm thường gặp về Kế Hoạch Của Chúa Giê-Su. Nhiều tín hữu cố gắng tuân theo các mệnh lệnh liên tục. Đầu tiên, họ nghĩ họ sẽ loan báo Tin Mừng; tiếp theo là đào tạo môn đệ, v.v. Tuy nhiên, Chúa Giê-su đã biểu lộ để cho chúng ta tuân theo mọi mệnh lệnh trong mọi hoàn cảnh. Ví dụ như loan báo Tin Mừng cũng là đào tạo người ta làm thế nào để trở nên một môn đệ Chúa Giê-su. Khi đào tạo môn đệ, chúng ta giúp các tín hữu mới tìm

kiếm một nhóm hiện có hoặc thành lập một nhóm mới. Ngay từ đầu, chúng ta đã thể hiện các tính chất của một người lãnh đạo tâm linh nồng nhiệt".

Kế hoạch năm bước này cho thấy cách Chúa Giê-su xây dựng Hội Thánh của Người. Các môn đệ đã noi theo Kế Hoạch Của Chúa Giê-Su trong thời kì đầu của Hội Thánh. Thánh Phao-lô đã mô phỏng kế hoạch này cho công tác truyền giáo của Ngài cho dân ngoại. Các nhà lãnh đạo tâm linh thành công trong suốt lịch sử Hội Thánh đã áp dụng phương thức này. Khi các nhà lãnh đạo tham gia vào Kế Hoạch Của Chúa Giê-Su nhằm vươn ra toàn thế giới, Thiên Chúa đã chúc lành cho toàn bộ các quốc gia theo nhiều cách quan trọng. Cầu xin rằng chúng ta bước theo Kế Hoạch Của Chúa Giê-Su và sẽ thấy được vinh quang của Chúa đến với đất nước này!"

Câu Kinh Thánh Ghi Nhớ

–THƯ THỨ NHẤT GỬI TÍN HỮU CÔ-RIN-TÔ 11:1–
ANH EM HÃY BẮT CHƯỚC TÔI, NHƯ TÔI BẮT CHƯỚC ĐỨC KI-TÔ.

- Mọi người cùng đứng lên và đọc câu Kinh Thánh ghi nhớ mười lần. Sáu lần đầu tiên, học viên có thể tra Kinh Thánh hay tập của mình. Bốn lần sau, học viên tự đọc bằng trí nhớ của mình. Học viên nên đọc vị trí trước rồi mới đến nội dung của câu Kinh Thánh ghi nhớ, và ngồi xuống khi hoàn thành.
- Thực hiện theo quy trình này sẽ giúp đào tạo viên biết được nhóm nào đã thực hiện xong bài học trong giai đoạn "Thực hành".

Thực Hành

"Bây giờ, chúng ta cùng thực hành những gì đã học về Kế Hoạch Của Chúa Giê-Su nhằm vươn ra toàn thế giới. Hãy lần lượt chia sẻ kế hoạch với nhau để rồi chúng ta sẽ có tự tin để giảng dạy cho những người khác".

- Đề nghị các lãnh đạo chia thành từng cặp

"Cầm một tờ giấy, gấp lại một nửa, rồi lại gấp lại một nửa nữa như tôi đang làm cho các bạn thấy đây. Như vậy bạn sẽ có bốn phần để vẽ bức tranh Kế Hoạch Của Chúa Giê-Su khi bạn mở tờ giấy ra".

- Đề nghị các lãnh đạo thực hành vẽ bức tranh Kế Hoạch Của Chúa Giê-Su và giải thích cho từng người. *Các lãnh đạo vẽ cùng một lúc* và chỉ có một người giải thích. Họ không cần phải ôn lại bài học trong *Đào Tạo Môn Đệ Cấp Tiến* khi vẽ bức tranh.

- Khi người đầu tiên trong từng cặp hoàn thành bức tranh và giải thích, người thứ hai thực hiện như vậy. Cả hai vẽ một bức tranh mới *lần thứ hai*. Các cộng sự nên *đứng dậy* và đọc câu Kinh Thánh ghi nhớ mười lần, áp dụng phương thức mẫu mà bạn đã dạy trước đó.

"Khi bạn hoàn thành bức tranh hai lần và đọc câu Kinh Thánh ghi nhớ mười lần cùng cộng sự đầu tiên của bạn, hãy tìm một cộng sự khác và thực hành lại bài học này với họ theo cùng phương pháp đó.

Khi bạn hoàn thành với người cộng sự thứ hai, hãy tìm thêm một cộng sự khác".

"Hãy thực hiện cho đến khi bạn thực hành vẽ và giải thích Kế Hoạch Của Chúa Giê-Su nhằm vươn ra toàn thế giới với bốn người khác nhau".

(Khi các lãnh đạo hoàn thành hoạt động này, có lẽ họ đã vẽ đầy hai mặt trước và sau tờ giấy của mình bằng tám hình ảnh của Kế Hoạch Của Chúa Giê-Su.)

Kết Thúc

Chúa Giê-Su Nói "Hãy Theo Thầy"

–Mát-thêu 9:9–
Bỏ nơi ấy, Đức Giê-su đi ngang qua trạm thu thuế, thì thấy một người tên là Mát-thêu đang ngồi ở đó. Người bảo ông: "Anh hãy theo tôi!" Ông đứng dậy đi theo Người.

"Những người thu thuế là những kẻ bị khinh bỉ nhất vào thời của Chúa Giê-su. Không ai tin rằng Người lại kêu gọi Mát-thêu vì ông ta là một tay thu thuế.

Việc Chúa Giê-su kêu gọi Mát-thêu cho chúng ta thấy Người quan tâm đến hiện tại hơn là quá khứ. Có thể bạn nghĩ rằng Thiên Chúa không hoạt động trong cuộc đời bạn vì bạn chất chứa nhiều tội lỗi. Có thể bạn xấu hổ về những vết nhơ trong quá khứ. Tuy nhiên, Tin Mừng là Thiên Chúa chọn bất cứ ai quyết tâm theo Người hôm nay. Thiên Chúa đang tìm kiếm những con người sẵn sàng ở lại trong Chúa và vâng lời.

Khi noi theo ai đó, chúng ta bắt chước họ. Một người đệ tử học theo thầy để có một nghề. Học sinh trở nên giống giáo viên. Tất cả chúng ta đều học theo ai đó và trở nên giống họ.

Mục đích của Khóa Đào Tạo Theo Chúa Giê-su là biểu lộ cho các lãnh đạo phương pháp để bắt chước Ngài. Chúng tôi tin rằng càng học theo Ngài nhiều, chúng ta càng trở nên giống Ngài. Vì thế, trong khóa học này, chúng tôi sẽ đưa ra những câu hỏi về lãnh đạo, học tập Kinh Thánh, khám phá ra cách Chúa Giê-su dẫn dắt mọi người, và thực hành bước đi theo Ngài".

- Để nghị một người lãnh đạo khả kính kết thúc buổi học bằng một lời cầu nguyện cho ơn lành của Thiên Chúa và sự cống hiến để đi theo Kế Hoạch Của Chúa Giê-Su nhằm vươn ra toàn thế giới.

2

Đào Tạo Như Chúa Giê-Su

Một vấn đề thường gặp trong việc phát triển các Hội Thánh hay nhóm là nhu cầu về nhiều nhà lãnh đạo tốt hơn. Những nỗ lực nhằm đào tạo lãnh đạo thường thất bại nhanh chóng vì chúng ta không có một phương pháp đơn giản để áp dụng. Mục tiêu của bài học này là trình bày phương pháp mà Chúa Giê-su đã đào tạo các nhà lãnh đạo để chúng ta có thể học theo Ngài.

Chúa Giê-su đào tạo các nhà lãnh đạo bằng cách hỏi về tiến độ truyền giáo của họ và thảo luận bất cứ vấn đề nào họ gặp phải. Ngài cũng cầu nguyện và giúp họ lên kế hoạch để đẩy mạnh công tác truyền giáo. Một phần quan trọng trong việc đào tạo của họ là thực hành những kĩ năng cần thiết cho các sứ vụ trong tương lai. Ở bài học 2, các lãnh đạo áp dụng phương pháp lãnh đạo cho nhóm của mình như Kế Hoạch Của Chúa Giê-Su nhằm vươn ra toàn thế giới. Cuối cùng, các lãnh đạo thiết kế nên một "Cây đào tạo" nhằm hỗ trợ việc phối hợp đào tạo và cầu nguyện cho những lãnh đạo đang thực hiện công việc đào tạo.

Ca Tụng

- Cùng hát hai bài ca thờ phượng. Đề nghị một lãnh đạo cầu nguyện cho giai đoạn này.

Tiến Triển

- Nhờ một lãnh đạo khác trong khóa học chia sẻ một lời chứng ngắn (ba phút) về cách thức mà Thiên Chúa đang chúc lành cho nhóm của họ. Sau khi người lãnh đạo đó hoàn tất, yêu cầu cả lớp cầu nguyện cho anh/ cô ta.

Vấn Đề

"Các Hội Thánh và các nhóm thừa nhận rằng họ cần nhiều lãnh đạo hơn, nhưng nhiều lúc không biết làm thế nào để đào tạo nên những lãnh đạo mới. Trong khi các lãnh đạo hiện tại đảm nhận trách nhiệm và công việc nhiều hơn cho đến khi họ kiệt sức. Môn đệ đòi hỏi lãnh đạo làm việc nhiều hơn với ít nguồn lực hơn cho đến khi lãnh đạo bỏ cuộc. Các Hội Thánh và các nhóm trong mọi nền văn hóa trên toàn thế giới thường phải đối mặt với vấn đề này".

Kế Hoạch

"Chúng ta có thể học để đào tạo nên những lãnh đạo tâm linh nồng nhiệt. Mục tiêu của bài học này là trình bày phương pháp mà Chúa Giê-su đã đào tạo các nhà lãnh đạo để chúng ta có thể học theo Ngài".

Ôn tập

Lời chào mừng
  Ai xây dựng Hội Thánh?
  Tại sao điều đó lại quan trọng?
  Chúa Giê-Su xây dựng Hội Thánh của Người như thế nào?
    Lớn mạnh trong Chúa ✋
    Loan báo Tin Mừng ✋
    Đào tạo môn đệ ✋
    Thành lập các nhóm và các Hội Thánh ✋
    Phát triển lãnh đạo ✋

–Thư thứ nhất gửi tín hữu Cô-rin-tô 11:1– Anh em hãy bắt chước tôi, như tôi bắt chước Đức Ki-tô.

Chúa Giê-Su Đã Đào Tạo Các Lãnh Đạo Như Thế Nào?

–LU-CA 10:17–
NHÓM BẢY MƯƠI HAI TRỞ VỀ, HỚN HỞ NÓI: "THƯA THẦY, NGHE ĐẾN DANH THẦY, CẢ MA QUỶ CŨNG PHẢI KHUẤT PHỤC CHÚNG CON".

TIẾN TRIỂN

"Các môn đệ trở về từ công cuộc truyền giáo của họ và thuật lại tiến triển mà họ đã đạt cho Chúa Giê-su. Theo cách đó, chúng ta hãy bàn luận với các lãnh đạo khi đào tạo. Chúng ta biểu lộ sự thích thú trong phương pháp mà gia đình họ đang thực hiện và tiến triển trong sứ vụ của họ.

  ✋ Tiến triển
  Lăn hai tay lên nhau và di chuyển hướng lên.

–MÁT-THÊU 17:19–
BẤY GIỜ CÁC MÔN ĐỆ ĐẾN GẦN HỎI RIÊNG ĐỨC GIÊ-SU RẰNG: "TẠI SAO CHÚNG CON ĐÂY LẠI KHÔNG TRỪ NỔI TÊN QUỶ ẤY?"

Vấn đề

"Các môn đệ gặp nhiều khó khăn trong sứ vụ của họ. Họ nhờ Chúa Giê-su giúp họ biết lý do họ thất bại. Theo cách đó, hãy nói với các lãnh đạo chia sẻ các trở ngại mà họ gặp phải để chúng ta có thể cùng nhau tìm giải pháp từ Thiên Chúa".

✋ Vấn đề
Đặt hai tay lên hai bên đầu và làm như đang giựt tóc.

–LU-CA 10:1–
SAU ĐÓ, CHÚA CHỈ ĐỊNH BẢY MƯƠI HAI NGƯỜI KHÁC, VÀ SAI CÁC ÔNG CỨ TỪNG HAI NGƯỜI MỘT ĐI TRƯỚC, VÀO TẤT CẢ CÁC THÀNH, CÁC NƠI MÀ CHÍNH NGƯỜI SẼ ĐẾN.

Kế hoạch

Chúa Giê-su ban cho các môn đệ những kế hoạch tâm linh mang tính chiến lược mà lại đơn giản để theo đuổi công tác truyền giáo của mình. Theo cách đó, chúng ta hãy giúp các lãnh đạo lên một kế hoạch đơn giản dựa vào Thiên Chúa và giải quyết vấn đề mà họ gặp phải cho "bước kế tiếp".

🖐 Kế hoạch
Xòe tay trái ra giả làm tờ giấy và dùng tay phải "viết" lên.

⊕

–GIO-AN 4:1-2–
NHÓM PHA-RI-SÊU NGHE TIN ĐỨC GIÊ-SU THÂU NẠP VÀ LÀM PHÉP RỬA CHO NHIỀU MÔN ĐỆ HƠN ÔNG GIO-AN (THỰC RA, KHÔNG PHẢI CHÍNH ĐỨC GIÊ-SU LÀM PHÉP RỬA, NHƯNG LÀ CÁC MÔN ĐỆ CỦA NGƯỜI).

THỰC HÀNH

"Phát hiện các môn đệ làm phép rửa cho những tín hữu mới chứ không phải Chúa Giê-su gây bất ngờ cho nhiều lãnh đạo. Trong nhiều trường hợp như ở đây, Chúa Giê-su cho phép các môn đệ thực hiện sứ vụ mà họ sẽ làm sau khi Ngài về trời. Theo cách đó, chúng ta hãy trao cho các lãnh đạo một cơ hội để thực hành những kĩ năng họ sẽ cần khi trở về với sứ vụ của mình. Chúng ta trao cho họ một "nơi an toàn" để thực hành, phạm lỗi, tăng thêm tự tin".

🖐 Thực hành
Di chuyển tay lên xuống như thể bạn đang nâng vật nặng.

–LU-CA 22:31-32–

RỒI CHÚA NÓI: "SI-MON, SI-MON ƠI, KÌA XA-TAN ĐÃ XIN ĐƯỢC SÀNG ANH EM NHƯ NGƯỜI TA SÀNG GẠO. NHƯNG THẦY ĐÃ CẦU NGUYỆN CHO ANH ĐỂ ANH KHỎI MẤT LÒNG TIN. PHẦN ANH, MỘT KHI ĐÃ TRỞ LẠI, HÃY LÀM CHO CÁC ANH EM CỦA ANH NÊN VỮNG MẠNH"

Cầu Nguyện

"Chúa Giê-su đã biết Phê-rô sẽ phạm lỗi và bị cám dỗ bỏ cuộc. Người cũng biết rằng cầu nguyện là chìa khóa dẫn đến sức mạnh và lòng kiên trì trong hành trình của chúng ta với Thiên Chúa. Cầu nguyện cho những người được chúng ta dẫn dắt là sự hỗ trợ quan trọng nhất mà chúng ta có thể trao cho họ".

✋ Cầu nguyện
Tạo tư thế "cầu nguyện" với hai tay đưa gần mặt.

Câu Kinh Thánh Ghi Nhớ

–LU-CA 6:40–
CROSS REFERENCES: LUKE 6:40 : MT 10:24; JN 13:16; 15:20
MÔN ĐỒ KHÔNG HƠN THẦY, NHƯNG NGƯỜI NÀO ĐƯỢC HUẤN LUYỆN ĐẦY ĐỦ THÌ CŨNG CÓ THỂ ĐƯỢC NHƯ THẦY. (BẢN DỊCH 2011)

- Mọi người cùng đứng lên và đọc câu Kinh Thánh ghi nhớ mười lần. Sáu lần đầu tiên, học viên có thể tra Kinh Thánh hay tập của mình. Bốn lần sau, học viên tự đọc bằng trí nhớ của mình. Học viên nên đọc vị trí trước rồi mới đến nội dung của câu Kinh Thánh ghi nhớ, và ngồi xuống khi hoàn thành.

- Thực hiện theo quy trình này sẽ giúp đào tạo viên biết được nhóm nào đã thực hiện xong bài học trong giai đoạn "Thực hành".

Thực Hành

- Chia các lãnh đạo thành từng nhóm bốn người.
- Dẫn dắt các lãnh đạo xuyên suốt quy trình đào tạo từng bước một, cho họ 7-8 phút để thảo luận từng giai đoạn sau.

Ôn Tập

"Năm bước trong Kế Hoạch Của Chúa Giê-Su nhằm vươn ra toàn thế giới?"

- Vẽ biểu đồ trên bảng khi lãnh đạo trả lời.

Tiến Triển

"Phần nào trong Kế Hoạch Của Chúa Giê-Su nhằm vươn ra toàn thế giới là dễ nhất đối với nhóm của bạn để thi hành?"

Vấn Đề

"Chia sẻ các vấn đề của nhóm bạn đã và đang phải đối mặt khi theo Kế Hoạch Của Chúa Giê-Su nhằm vươn ra toàn thế giới. Phần nào trong kế hoạch là khó nhất đối với nhóm của bạn để thi hành?"

KẾ HOẠCH

"Chia sẻ một công việc mà bạn sẽ lãnh đạo nhóm mình thực hiện trong vòng 30 ngày tới mà sẽ giúp họ theo Kế Hoạch Của Chúa Giê-Su hiệu quả hơn".

- Mọi người nên ghi lại kế hoạch của các cộng sự của mình để sau này có thể cầu nguyện cho họ.

THỰC HÀNH

"Hãy chia sẻ một kĩ năng mà bạn sẽ tự thực hành trong vòng 30 ngày tới để giúp bạn tiến bộ trong vai trò lãnh đạo của nhóm bạn".

- Mọi người nên ghi lại thông tin của các cộng sự của mình để sau này có thể cầu nguyện cho họ.
- Sau khi đã chia sẻ kĩ năng mà họ sẽ thực hành, mọi người đứng dậy và cùng nhau đọc câu Kinh Thánh ghi nhớ mười lần.

CẦU NGUYỆN

"Trong nhóm nhỏ của bạn, hãy dành thời gian để cầu nguyện cho kế hoạch của mỗi người và kĩ năng mà bạn sẽ thực hành trong vòng 30 ngày tới để tiến bộ hơn trong vai trò lãnh đạo".

Kết Thúc

Cây Đào Tạo

"Cây đào tạo" là một công cụ hữu ích để thiết lập và cầu nguyện cho những người được chúng ta đào tạo để trở nên những nhà lãnh đạo".

- Trên bảng, vẽ thân cây, rễ cây và một đường tượng trưng cho cỏ.

"Tôi bắt đầu vẽ cây đào tạo của tôi như thế này. Vẽ thân cây, rồi tới rễ, và cuối cùng là cỏ. Kinh Thánh nói rằng chúng ta được bén rễ trong Chúa Ki-tô, nên tôi sẽ viết tên Ngài lên đây. Vì đây là cây đào tạo của tôi, nên tôi viết tên mình lên thân cây".

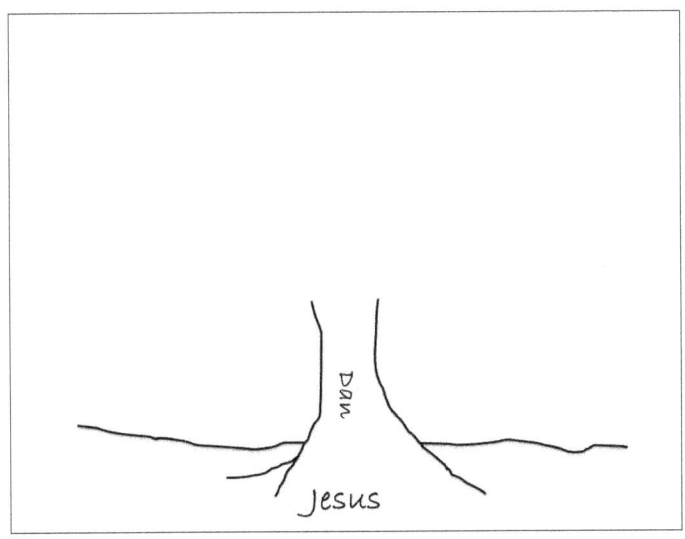

- Viết tên "Giê-su" ở rễ và tên bạn vào thân cây.

"Chúa Giê-su chủ yếu đào tạo về lãnh đạo cho ba vị: Phê-rô, Gia-cô-bê, Gio-an. Vì muốn học theo Người nên tôi sẽ làm như vậy. Thiên Chúa đã trao cho tôi ba người lãnh đạo để tôi dành hầu hết thời gian đào tạo cho họ".

- Vẽ ba dòng hướng lên và ra ngoài từ thân cây. Ở mỗi đầu dòng, viết tên ba người lãnh đạo mà bạn đang đào tạo.

"Chúa Giê-su đã đào tạo ba vị và biểu lộ cho họ phương pháp để đào tạo mọi người. Nếu mỗi người đào tạo ba người khác (như Chúa Giê-su), thì sẽ có tất cả là mười hai môn đệ. Hmmm. Chúa Giê-su có mười hai môn đệ. Điều đó có thú vị không nào?

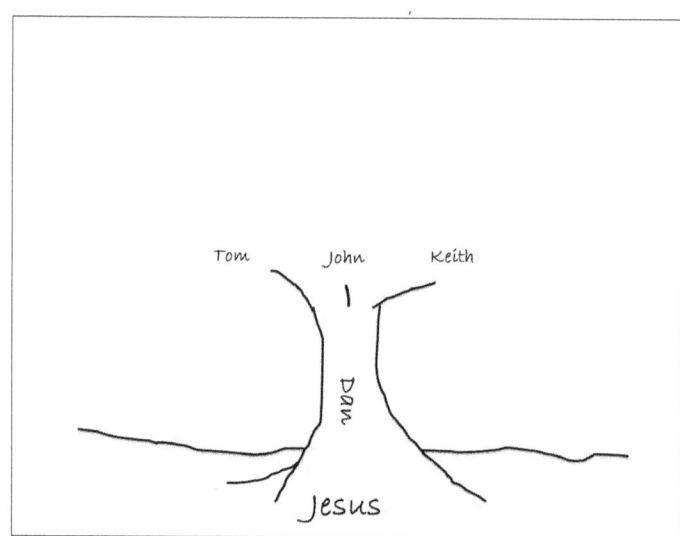

- Vẽ từ các lãnh đạo mà bạn đang đào tạo mỗi người ba dòng nữa. Đặt tên cho từng đầu dòng những người mà các lãnh đạo chính của bạn đang đào tạo. Kể bất cứ câu chuyện mà Chúa Thánh Thần đưa đến cho tâm trí bạn về cây đào tạo của bạn. Vẽ thêm lá cây để hoàn thành.

"Bây giờ tôi muốn các bạn vẽ "Cây đào tạo" của chính mình. Các bạn có thể viết vài cái tên "theo niềm tin" nhưng hãy cố gắng tối đa để có tên mười hai người trên cây đào tạo. Ba nhánh đầu tiên là ba lãnh đạo chính mà bạn sẽ đào tạo. Các lãnh đạo này sẽ có thêm ba nhánh của mỗi người biểu thị những lãnh đạo mà họ tập trung đào tạo".

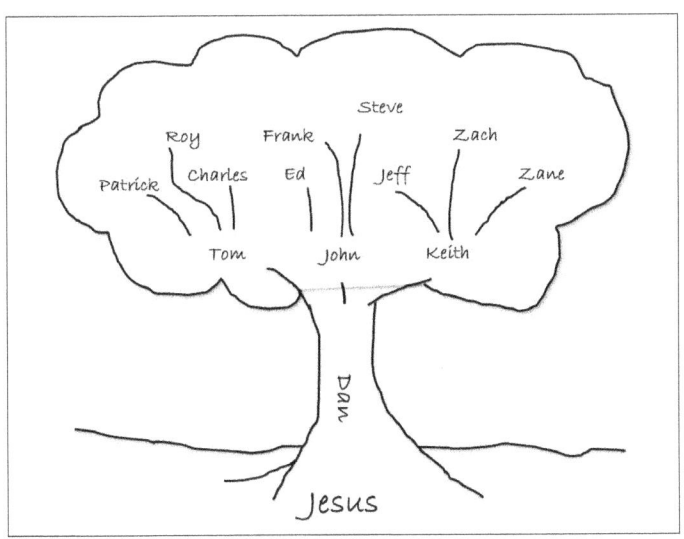

- Trong khi lãnh đạo vẽ "Cây đào tạo", hãy kể câu chuyện sau:

"Đôi khi tôi tự hỏi mình nên đào tạo các lãnh đạo như thế nào? Chúa Giê-su đã nói rằng hãy cầu xin thì sẽ được. Liệu các bạn đã từng cầu xin Ngài những gì mình cần? Khóa đào tạo này sẽ trao cho bạn những công cụ cần thiết để đào tạo các lãnh đạo.

Có vài người nói "Tôi không biết ai để tôi có thể đào tạo họ trở thành lãnh đạo". Chúa Giê-su đã nói rằng hãy tìm thì sẽ thấy. Bạn đã từng tìm kiếm chưa hay chỉ chờ người ta đến với bạn. Ngài nói "tìm" chứ không phải "chờ đợi".

Một số khác lại hỏi "Tôi nên bắt đầu đào tạo lãnh đạo ở đâu?" Chúa Giê-su đã nói rằng hãy gõ thì cửa sẽ mở cho. Bạn đã từng gõ cửa chưa? Thiên Chúa sẽ ban ơn chỉ đường dẫn lối khi chúng ta cất bước chân đầu tiên của niềm tin.

Hầu hết, chúng ta không có một "Cây Đào Tạo" là do chúng ta không cầu xin, tìm kiếm hay gõ cửa. Khi chúng ta vâng theo những mệnh lệnh của Chúa Giê-su bằng cả trái tim. Thiên Chúa sẽ trao cho chúng ta nhiều cơ hội đào tạo hơn chúng ta tưởng.

Công cụ này sẽ giúp bạn huấn luyện các lãnh đạo khác theo quy trình: tiến triển, vấn đề, kế hoạch, thực hành, cầu nguyện".

- Để nghị một lãnh đạo trong lớp kết thúc buổi học bằng việc cầu nguyện.

"Hãy cầu nguyện cho các lãnh đạo thuộc các cây đào tạo của chúng ta và những kế hoạch mà chúng ta đã dựng nên cho nhóm của mình. Hãy cầu nguyện cho những gì chúng ta sẽ thực hành để tiến bộ trong vai trò lãnh đạo trong suốt tháng tiếp theo".

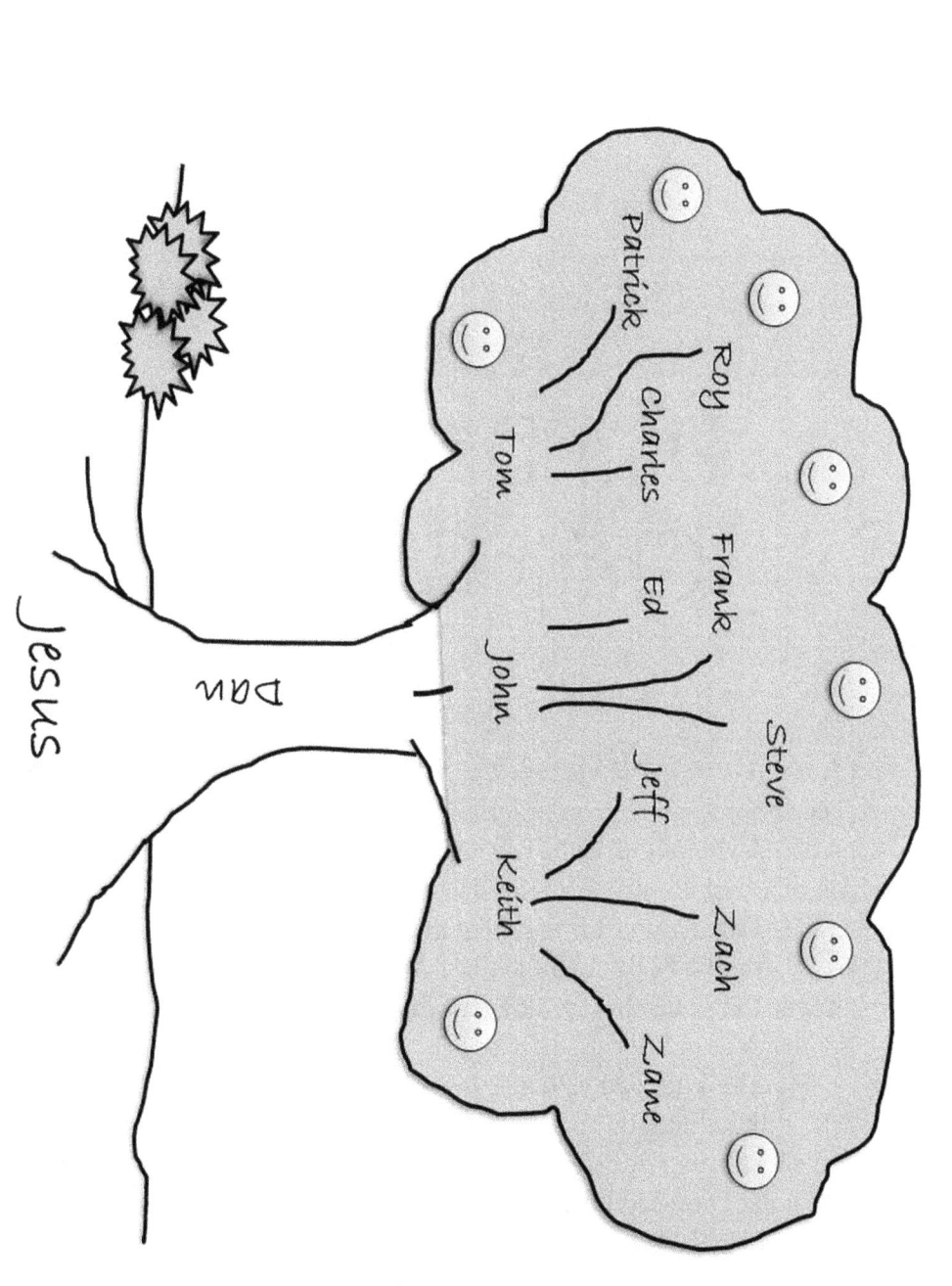

3

Dẫn Dắt Như Chúa Giê-su

Chúa Giê-su Ki-tô là vị lãnh đạo vĩ đại nhất mọi thời đại. Không ai có ảnh hưởng đến con người nhiều hơn và thường xuyên hơn Người. Bài học 3 giới thiệu bảy đặc điểm của một nhà lãnh đạo vĩ đại, dựa trên phong cách lãnh đạo của Chúa Giê-su. Sau đó, các lãnh đạo suy nghĩ về những điểm mạnh và yếu của kinh nghiệm lãnh đạo trong bản thân mỗi người. Một trò chơi xây dựng nhóm khi kết thúc buổi học sẽ dạy cho mọi người về sức mạnh của "lãnh đạo được chia sẻ".

Mọi thứ khởi đầu và kết thúc đều từ trái tim của người lãnh đạo, vì thế chúng ta học hỏi phương pháp mà Chúa Giê-su đã dẫn dắt các môn đệ để chúng ta có thể học theo Ngài. Chúa Giê-su yêu các môn đệ cho đến tận cùng, Ngài nắm rõ sứ vụ truyền giáo của mình, thấu hiểu những trở ngại trong nhóm, ban cho những ai theo Ngài các tấm gương để noi theo, đương đầu với khó khăn bằng lòng tốt, và biết rằng Thiên Chúa chúc lành cho sự vâng lời của Ngài. Mọi thứ đều chảy từ trái tim của chúng ta.

Vì thế, tình cảm trái tim là nơi mà chúng ta nên khởi đầu trong vai trò là một lãnh đạo.

CA TỤNG

- Cùng hát hai bài ca thờ phượng. Đề nghị một lãnh đạo cầu nguyện cho giai đoạn này.

TIẾN TRIỂN

- Nhờ một lãnh đạo khác trong khóa học chia sẻ một lời chứng ngắn (ba phút) về cách thức mà Thiên Chúa đang chúc lành cho nhóm của họ. Sau khi người lãnh đạo đó hoàn tất, yêu cầu cả lớp cầu nguyện cho anh/ cô ta.
- Ngoài ra, bạn có thể làm mẫu một giai đoạn huấn luyện cùng một lãnh đạo, áp dụng quy trình đào tạo lãnh đạo "Tiến triển, Vấn đề, Kế hoạch, Thực hành, Cầu nguyện".

VẤN ĐỀ

"Luôn có những lãnh đạo có phong cách lãnh đạo khác nhau trên toàn thế giới. Là một môn đệ Chúa Giê-su, tôi nên có phương pháp lãnh đạo như thế nào?"

KẾ HOẠCH

"Chúa Giê-su Ki-tô là vị lãnh đạo vĩ đại nhất mọi thời đại. Không ai có ảnh hưởng đến con người nhiều hơn và thường xuyên hơn Người. Trong bài học này, chúng ta học hỏi phương pháp mà Chúa Giê-su đã dẫn dắt các môn đệ để chúng ta có thể học theo Ngài".

Ôn Tập

Lời chào mừng
    Ai xây dựng Hội Thánh?
    Tại sao điều đó lại quan trọng?
    Chúa Giê-Su xây dựng Hội Thánh của Người như thế nào?
        Lớn mạnh trong Chúa 🖐
        Loan báo Tin Mừng 🖐
        Đào tạo môn đệ 🖐
        Thành lập các nhóm và các Hội Thánh 🖐
        Phát triển lãnh đạo 🖐

> –Thư thứ nhất gửi tín hữu Cô-rin-tô 11:1–Anh em hãy bắt chước tôi, như tôi bắt chước Đức Ki-tô.

Đào Tạo Như Chúa Giê-su
    Chúa Giê-Su đã đào tạo các lãnh đạo như thế nào?
        Tiến triển 🖐
        Vấn đề 🖐
        Kế hoạch 🖐
        Thực hành 🖐
        Cầu nguyện 🖐

> –Lu-ca 6:40–Môn đồ không hơn thầy, nhưng người nào được huấn luyện đầy đủ thì cũng có thể được như thầy. (Bản dịch 2011)

Chúa Giê-Su Đã Nói Ai Là Người Lãnh Đạo Vĩ Đại Nhất?

–MÁT-THÊU 20:25-28–
NHƯNG ĐỨC GIÊ-SU GỌI CÁC ÔNG LẠI VÀ NÓI: "ANH EM BIẾT: THỦ LÃNH CÁC DÂN THÌ LẤY QUYỀN MÀ THỐNG TRỊ DÂN, NHỮNG NGƯỜI LÀM LỚN THÌ

DÙNG UY MÀ CAI QUẢN DÂN. GIỮA ANH EM THÌ KHÔNG ĐƯỢC NHƯ VẬY: AI MUỐN LÀM LỚN GIỮA ANH EM, THÌ PHẢI LÀM NGƯỜI PHỤC VỤ ANH EM. VÀ AI MUỐN LÀM ĐẦU ANH EM THÌ PHẢI LÀM ĐẦY TỚ ANH EM. CŨNG NHƯ CON NGƯỜI ĐẾN KHÔNG PHẢI ĐỂ ĐƯỢC NGƯỜI TA PHỤC VỤ, NHƯNG LÀ ĐỂ PHỤC VỤ VÀ HIẾN DÂNG MẠNG SỐNG LÀM GIÁ CHUỘC MUÔN NGƯỜI".

"Người lãnh đạo vĩ đại nhất chính là người đầy tớ vĩ đại nhất".

✋ Chào như một người lính rồi đặt hai tay xuống và cúi đầu chào như một người đầy tớ.

Bảy Đặc điểm Của Một Người Lãnh Đạo Vĩ Đại?

–GIO-AN 13:1-17–

[1]TRƯỚC LỄ VƯỢT QUA, ĐỨC GIÊ-SU BIẾT GIỜ CỦA NGƯỜI ĐÃ ĐẾN, GIỜ PHẢI BỎ THẾ GIAN MÀ VỀ VỚI CHÚA CHA. NGƯỜI VẪN YÊU THƯƠNG NHỮNG KẺ THUỘC VỀ MÌNH CÒN Ở THẾ GIAN, VÀ NGƯỜI YÊU THƯƠNG HỌ ĐẾN CÙNG.

[2]TRONG BỮA ĂN TỐI, MA QUỶ ĐÃ GIEO VÀO LÒNG GIU-ĐA, CON ÔNG SI-MON ÍT-CA-RI-ỐT, Ý ĐỊNH NỘP ĐỨC GIÊ-SU.

[3]ĐỨC GIÊ-SU BIẾT RẰNG: CHÚA CHA ĐÃ GIAO PHÓ MỌI SỰ TRONG TAY NGƯỜI, NGƯỜI BỞI THIÊN CHÚA MÀ ĐẾN, VÀ SẮP TRỞ VỀ CÙNG THIÊN CHÚA,

[4]NÊN BẤY GIỜ NGƯỜI ĐỨNG DẬY, RỜI BÀN ĂN, CỞI ÁO NGOÀI RA, VÀ LẤY KHĂN MÀ THẮT LƯNG.

[5]RỒI ĐỨC GIÊ-SU ĐỔ NƯỚC VÀO CHẬU, BẮT ĐẦU RỬA CHÂN CHO CÁC MÔN ĐỆ VÀ LẤY KHĂN THẮT LƯNG MÀ LAU.

⁶Vậy, người đến chỗ ông Si-*mon Phê-rô*, ông liền thưa với Người: *"Thưa Thầy! Thầy mà lại rửa chân cho con sao?"*
⁷Đức Giê-su trả lời: *"Việc Thầy làm, bây giờ anh chưa hiểu, nhưng sau này anh sẽ hiểu".*
⁸Ông Phê-rô lại thưa: *"Thầy mà rửa chân cho con, không đời nào con chịu đâu!"* Đức Giê-su đáp: «Nếu Thầy không rửa chân cho anh, anh sẽ chẳng được chung phần với Thầy».
⁹Ông Si-mon Phê-rô liền thưa: *"Vậy, thưa Thầy, xin cứ rửa, không những chân, mà cả tay và đầu con nữa".*
¹⁰Đức Giê-su bảo ông: *"Ai đã tắm rồi, thì không cần phải rửa nữa; toàn thân người ấy đã sạch. Về phần anh em, anh em đã sạch, nhưng không phải tất cả đâu!"*
¹¹Thật vậy, Người biết ai sẽ nộp Người, nên mới nói: *"Không phải tất cả anh em đều sạch".*
¹²Khi rửa chân cho các môn đệ xong, Đức Giê-su mặc áo vào, về chỗ và nói: *"Anh em có hiểu việc Thầy mới làm cho anh em không?*
¹³Anh em gọi Thầy là ‹Thầy›, là ‹Chúa›, điều đó phải lắm, vì quả thật, Thầy là Thầy, là Chúa.
¹⁴Vậy, nếu Thầy là Chúa, là Thầy, mà còn rửa chân cho anh em, thì anh em cũng phải rửa chân cho nhau.
¹⁵Thầy đã nêu gương cho anh em, để anh em cũng làm như Thầy đã làm cho anh em.
¹⁶Thật, Thầy bảo thật anh em: tôi tớ không lớn hơn chủ nhà, kẻ được sai đi không lớn người sai đi.
¹⁷Anh em đã biết những điều đó, nếu anh em thực hành, thì phúc cho anh em!

1. LÃNH ĐẠO VĨ ĐẠI YÊU MẾN CON NGƯỜI

"Trong câu 1, Chúa Giê-su và các môn đệ đang cùng nhau dự bữa ăn cuối cùng trước khi Chúa Giê-su chịu chết. Kinh Thánh nói rằng Ngài yêu các môn đệ đến tận cùng và đã biểu lộ cho họ rất nhiều về tình yêu của Ngài tại bữa ăn này.

Là một người lãnh đạo, thật khó để yêu khi người ta phạm lỗi, nhưng Chúa Giê-su lại yêu họ. Ngài dẫn dắt họ đến tận cùng.

Là một người lãnh đạo, thật khó để yêu khi người ta chỉ trích bạn, nhưng Chúa Giê-su lại yêu họ. Ngài dẫn dắt họ đến tận cùng.

Là một người lãnh đạo, thật khó để yêu khi người ta làm bạn thất vọng, nhưng Chúa Giê-su lại yêu họ. Ngài dẫn dắt họ đến tận cùng".

✋ Yêu người
   Dùng một tay vỗ nhẹ vào ngực.

2. LÃNH ĐẠO VĨ ĐẠI BIẾT RÕ NHIỆM VỤ CỦA MÌNH

"Trong câu 3, Kinh Thánh nói rằng Chúa Giê-su biết Ngài đến từ đâu, nơi nào Ngài đang đi đến, và Thiên Chúa đặt vạn vật dưới quyền năng của Ngài.

Chúa Giê-su biết rõ mục đích Ngài đến với thế gian này.

Chúa Giê-su biết rằng Ngài đến để chết trên thập tự cho tội lỗi của chúng ta.

Chúa Giê-su biết rằng Ngài đến để đánh bại Xa-tan và mang chúng ta trở về với Thiên Chúa.

Thiên Chúa trao cho mỗi người một nhiệm vụ duy nhất để thực thi khi còn ở thế gian. Các lãnh đạo vĩ đại biết rõ nhiệm vụ của mình và thôi thúc người khác theo họ".

> ✋ **Biết rõ nhiệm vụ**
> Chào như một người lính và gật đầu biểu thị "vâng".

3. LÃNH ĐẠO VĨ ĐẠI PHỤC VỤ CHO MÔN ĐỆ MÌNH

"Trong câu 4, Chúa Giê-su rời bàn ăn và cởi áo khoác ngoài ra, lấy khăn mà thắt lưng rồi rửa chân cho các môn đệ.

Các lãnh đạo trên thế giới mong đợi được phục vụ bởi những ai theo họ. Tuy nhiên, các lãnh đạo như Chúa Giê-su phục vụ cho các môn đệ của mình.

Các lãnh đạo trên thế giới mong muốn điều khiển và thống trị những ai theo họ. Tuy nhiên, các lãnh đạo như Chúa Giê-su truyền tự tin cho các tín hữu của mình".

"Các lãnh đạo trên thế giới chỉ chú trọng bản thân chứ không phải những người được họ dẫn dắt. Ngược lại, các lãnh đạo như Chúa Giê-su chú trọng vào nhu cầu của các môn đệ, biết rằng Thiên Chúa sẽ đáp ứng nhu cầu của bản thân khi họ chăm sóc cho người khác. Thiên Chúa chúc lành cho chúng ta để chúng ta có thể chúc lành cho mọi người".

> ✋ **Phục vụ môn đệ**
> Cúi đầu chào cùng với hai tay trong tư thế cầu nguyện cổ điển.

4. LÃNH ĐẠO VĨ ĐẠI ÂN CẦN CHỈ BẢO NGƯỜI PHẠM LỖI

"Từ câu 6 đến câu 9, Phê-rô phạm phải nhiều lỗi lầm, nhưng đều được Chúa Giê-su đều ân cần chỉ bảo cho.

Phê-rô xin Chúa Giê-su đừng rửa chân ông. Chúa Giê-su bảo ông nếu không thì ông sẽ chẳng được chung phần với Ngài. Ngài từ tốn cho ông biết điều hay lẽ phải.

Phê-rô xin Chúa Giê-su gội rửa cả người ông. Nhưng Chúa Giê-su bảo ông đã được sạch. Một lần nữa Ngài nhẹ nhàng sửa lỗi cho ông.

Các lãnh đạo trên thế giới chỉ trích, trách mắng và làm cho người ta nản chí. Các lãnh đạo như Chúa Giê-su chỉ bảo bằng sự ân cần, khuyến khích và thúc đẩy các môn đệ của mình".

Ân cần chỉ bảo
Dùng các ngón cái và trỏ tạo thành hình trái tim

5. LÃNH ĐẠO VĨ ĐẠI NẮM RÕ VẤN ĐỀ HIỆN TẠI CỦA NHÓM

"Trong câu 10 và 11, Kinh Thánh nói rằng Chúa Giê-su biết Giu-đa là một vấn đề trong nhóm và hắn sẽ nộp Người.

Nắm rõ vấn đề của nhóm nằm ở đâu và đối mặt với chúng là một phần quan trọng của lãnh đạo. Nhiều lãnh đạo cố gắng giấu đi, nhưng vấn đề đó càng lúc càng lớn dần.

Hãy chú ý cách thức mà Chúa Giê-su biểu lộ sự kiềm chế trong giao tiếp với Giu-đa, biết rằng Thiên Chúa sẽ đáp trả lại các hành động xấu xa, chứ không phải bản thân các lãnh đạo".

✋ **Các vấn đề trong nhóm**
Đặt tay lên hai bên đầu như thể bạn đang bị đau đầu.

6. LÃNH ĐẠO VĨ ĐẠI LÀ TẤM GƯƠNG SÁNG ĐỂ NOI THEO

"Từ câu 12 đến câu 16, Chúa Giê-su giải thích tại sao Ngài rửa chân cho các môn đệ. Ngài là lãnh đạo nhưng vẫn rửa chân cho họ, nhiệm vụ của một người đầy tớ. Chúa Giê-su biểu lộ cho các môn đệ thấy rằng lãnh đạo bao gồm cả phục vụ lẫn nhau.

Môn đệ phản ứng và học theo lãnh đạo của họ. Nếu chúng ta theo Chúa Giê-su, những ai được chúng ta lãnh đạo cũng đều đang theo Ngài".

✋ **Là một tấm gương sáng**
Chỉ tay về thiên đàng và gật đầu "vâng".

7. LÃNH ĐẠO VĨ ĐẠI BIẾT RẰNG HỌ ĐƯỢC CHÚC LÀNH

"Trong câu 17, Chúa Giê-su bảo các môn đệ Thiên Chúa sẽ chúc lành cho các ông khi dẫn dắt người khác bằng cách phục vụ.

Dẫn dắt người khác đôi khi gặp khó khăn, nhưng những ai theo Chúa Giê-su đều biết rằng họ được chúc lành.

Dẫn dắt người khác đôi khi phải chịu cô đơn, nhưng Chúa Giê-su chúc lành cho những ai lãnh đạo với sự hiện diện của Ngài.

Không phải lúc nào môn đệ cũng hiểu và thông cảm cho lãnh đạo của họ, nhưng Chúa Giê-su đã hứa ban sự ủng hộ của Thiên Chúa khi chúng ta theo gương Ngài dẫn dắt người ta bằng cách phục vụ họ".

Biết được chúc lành
Giơ tay ca tụng về hướng thiên đàng.

Câu Kinh Thánh Ghi Nhớ

–GIO-AN 13:14-15–
VẬY, NẾU THẦY LÀ CHÚA, LÀ THẦY, MÀ CÒN RỬA CHÂN CHO ANH EM, THÌ ANH EM CŨNG PHẢI RỬA CHÂN CHO NHAU. THẦY ĐÃ NÊU GƯƠNG CHO ANH EM, ĐỂ ANH EM CŨNG LÀM NHƯ THẦY ĐÃ LÀM CHO ANH EM.

- Mọi người cùng đứng lên và đọc câu Kinh Thánh ghi nhớ mười lần. Sáu lần đầu tiên, học viên có thể tra Kinh Thánh hay tập của mình. Bốn lần sau, học viên tự đọc bằng trí nhớ của mình. Học viên nên đọc vị trí trước rồi mới đến nội dung của câu Kinh Thánh ghi nhớ, và ngồi xuống khi hoàn thành.
- Thực hiện theo quy trình này sẽ giúp đào tạo viên biết được nhóm nào đã thực hiện xong bài học trong giai đoạn "Thực hành".

Thực Hành

- Chia các lãnh đạo thành từng nhóm bốn người.

    "Giờ đây chúng ta sẽ áp dụng quy trình đào tạo giống như Chúa Giê-su đã áp dụng để thực hành những gì được học từ bài học lãnh đạo này".

- Dẫn dắt các lãnh đạo xuyên suốt quy trình đào tạo từng bước một, cho họ 7-8 phút để thảo luận từng giai đoạn sau.

Tiến Triển

"Hãy chia sẻ với nhóm của bạn về đặc điểm nào dễ nhất đối với bạn trong bảy đặc điểm của một nhà lãnh đạo vĩ đại".

Vấn Đề

"Hãy chia sẻ với nhóm của bạn về đặc điểm nào thách thức nhất đối với bạn trong bảy đặc điểm của một nhà lãnh đạo vĩ đại".

Kế Hoạch

"Share one task you will lead your group to do in the next 30 days that will help them follow Jesus' example of leadership".

- Mọi người nên ghi lại kế hoạch của các cộng sự của mình để sau này có thể cầu nguyện cho họ.

THỰC HÀNH

"Hãy chia sẻ một kĩ năng mà bạn sẽ tự thực hành trong vòng 30 ngày tới để giúp bạn tiến bộ trong vai trò lãnh đạo của nhóm bạn".

- Mọi người nên ghi lại thông tin của các cộng sự của mình để sau này có thể cầu nguyện cho họ.
- Sau khi đã chia sẻ kĩ năng mà họ sẽ thực hành, mọi người đứng dậy và cùng nhau đọc câu Kinh Thánh ghi nhớ mười lần.

CẦU NGUYỆN

"Hãy dành thời gian để cầu nguyện cho kế hoạch của mỗi người và kĩ năng mà bạn sẽ thực hành trong vòng 30 ngày tới để tiến bộ hơn trong vai trò lãnh đạo".

Kết Thúc

Chinlone

- Nhờ sáu tình nguyện viên biểu diễn kĩ năng Chinlone* cho cả lớp. Giúp sáu người này tạo một vòng tròn ở chính giữa phòng.

"Tôi đã mời một nhóm Chinlone nổi tiếng biểu diễn kĩ năng của họ. Xin mọi người cho một tràng pháo tay chào mừng họ".

- Sắp xếp một người đứng phía trước cả nhóm để làm lãnh đạo. Nhờ những người còn lại xếp thành hai hàng đối diện với người lãnh đạo.

    "Trước tiên, nhóm Chinlone nổi tiếng này sẽ biểu diễn cách chơi Chinlone theo phương pháp "Hy Lạp". Hãy nghe luật chơi mà họ áp dụng. Mọi người phải đá trái banh Chinlone cho người lãnh đạo. Sau khi nhận được, người lãnh đạo sẽ đá trái banh cho một người chơi khác. Những ai không chuyền banh cho người lãnh đạo mà cho người khác sẽ bị phạt".

- Yêu cầu nhóm sáu người chơi Chinlone theo phương pháp "Hy Lạp". Điều này sẽ gây ra sự bất tiện và rối loạn cho người chơi. Hãy thật hài hước khi túm lấy ai chuyền banh cho người khác mà không phải người lãnh đạo. La lên "Phạt!". Hãy sửa lỗi và cho họ thấy rằng họ chỉ nên đá trái banh cho người lãnh đạo.

    "Điều gì đã xảy ra khi họ chơi Chinlone theo phương pháp này?" (Chơi Chinlone theo những luật này thật khó khăn. Người chơi có vẻ mệt mỏi. Thật chẳng vui vẻ gì)

- Giờ, hãy yêu cầu người chơi tạo một vòng tròn Chinlone thông thường, nhưng người lãnh đạo đứng ở giữa.

    "Lần này, nhóm Chinlone sẽ chơi theo phương pháp Hê-brơ, nhưng người lãnh đạo sẽ cố gắng điều khiển mọi thứ. Chúng ta sẽ áp dụng luật vừa rồi – người chơi chuyền banh cho lãnh đạo, lãnh đạo chuyền cho những người khác".

- Nhóm sẽ chơi tốt hơn trong lần này, nhưng người lãnh đạo sẽ có biểu hiện kiệt sức sau vài phút. Hãy thật hài hước khi phạt ai đó chuyền banh cho người khác mà không phải người lãnh đạo.

"Điều gì đã xảy ra khi họ chơi Chinlone theo phương pháp này?" (Người lãnh đạo thực hiện thật chăm chỉ và rất mệt mỏi, trong khi người chơi phạm phải nhiều lỗi. Thật buồn chán).

- Sắp xếp nhóm thành theo một vòng tròn Chinlone truyền thống kể cả người lãnh đạo. Hãy nói rằng họ không cần phải chuyền banh cho người lãnh đạo mỗi lần nữa mà có thể chơi theo ý thích.

"Bây giờ, chúng ta cùng xem đội Chinlone nổi tiếng trình diễn theo phương pháp Hê-brơ đúng nghĩa.

- Để họ chơi một lúc cho đến khi cả lớp thích thú nhìn họ chơi và bình luận.

"Điều gì đã xảy ra khi họ chơi Chinlone theo phương pháp này?" (Cả nhóm cùng tham gia. Cả nhóm cùng thành công và chơi rất tuyệt).

Phương pháp thứ ba để chơi Chinlone là một ví dụ hay về sự lãnh đạo phục vụ. Người lãnh đạo giúp đỡ mọi người trong nhóm tham gia và cống hiến. Lãnh đạo không quản lý tất cả mà lại trao cho mọi người tự do để biểu lộ phong cách độc đáo của họ. Đây là một tấm gương sáng về lãnh đạo mà Chúa Giê-su đã ban cho chúng ta để noi theo".

- Yêu cầu người lãnh đạo trong lớp kết thúc buổi học bằng cầu nguyện.

"Hãy cầu xin cho tất cả chúng ta với vai trò lãnh đạo sẽ dẫn dắt giống như Chúa Giê-su và cho kế hoạch mà chúng ta đã lập ra cho nhóm của mình. Hãy cầu xin cho những kĩ năng mà chúng ta sẽ thực hành để tiến bộ trong vai trò lãnh đạo trong 30 ngày tới".

*Chinlone là tên của một trò chơi thông thường của đàn ông ở Mi-an-ma. Người chơi xếp thành hình tròn và chuyền một trái banh bằng sợi mây cho từng người chỉ bằng chân. Mục tiêu của Chinlone là giữ cho trái banh không rơi xuống đất lâu nhất có thể. Người chơi thường trình diễn những cú đá hay hành động độc đáo để gây ấn tượng. Chiều cao và độ chính xác của những cú chuyền banh mang lại những tràng pháo tay từ khán giả và người chơi.

Người ta chơi Chinlone khắp Châu Á, nhưng mỗi đất nước lại có tên gọi khác nhau cho trò chơi. Hãy tìm hiểu tên của trò chơi từ người dân tại nơi mà bạn đang đào tạo.

Nếu bạn đang đào tạo lãnh đạo tại nơi không có trò chơi như "Chinlone", có thể thay thế bằng một hacky sack (trái banh bằng vải, bên trong có đựng đậu, gạo hay cát) để làm banh hoặc cũng có thể sử dụng một quả bong bóng.

4

Lớn Mạnh

Bạn đào tạo những lãnh đạo đang dẫn dắt các nhóm và học tập nhằm biết rằng dẫn dắt người khác có đòi hỏi khắt khe thế nào. Lãnh đạo phải đối mặt với các xung đột tâm linh quan trọng từ bên ngoài nhóm và các tính cách cá nhân khác nhau trong nhóm. Chìa khóa của sự lãnh đạo hiệu quả là xác định các tính cách cá nhân khác nhau và học phương pháp làm việc nhóm hiệu quả với các thành viên. Bài học "Lớn mạnh" trao cho các lãnh đạo một phương pháp đơn giản để giúp người ta phát hiện ra kiểu tính cách của mỗi người. Khi hiểu được Thiên Chúa tạo nên chúng ta như thế nào, chúng ta sẽ có những gợi ý mạnh mẽ về cách thức để chúng ta có thể lớn mạnh hơn trong Ngài.

Có tám kiểu tính cách: người lính, người tìm kiếm, mục tử, người gieo hạt, con trai/con gái, vị thánh, người tôi tớ, và người quản lý. Sau khi giúp các lãnh đạo tìm ra kiểu tính cách của họ, đào tạo viên thảo luận về điểm mạnh cũng như điểm yếu của từng loại. Có nhiều người cho rằng Thiên Chúa yêu kiểu tính cách mà nền văn hóa của họ coi trọng nhất. Một số lãnh đạo tin rằng khả năng lãnh đạo tùy thuộc vào tính cách. Buổi học kết thúc bằng việc nhấn mạnh rằng các lãnh đạo nên tương tác riêng biệt với từng cá nhân. Đào tạo lãnh đạo phải hướng đến nhu cầu cá nhân chứ không phải là một-cho-tất-cả.

CA TỤNG

- Cùng hát hai bài ca thờ phượng. Để nghị một lãnh đạo cầu nguyện cho giai đoạn này.

TIẾN TRIỂN

- Nhờ một lãnh đạo khác trong khóa học chia sẻ một lời chứng ngắn (ba phút) về cách thức mà Thiên Chúa đang chúc lành cho nhóm của họ. Sau khi người lãnh đạo đó hoàn tất, yêu cầu cả lớp cầu nguyện cho anh/ cô ta.
- Ngoài ra, bạn có thể làm mẫu một giai đoạn huấn luyện cùng một lãnh đạo, áp dụng quy trình đào tạo lãnh đạo "Tiến triển, Vấn đề, Kế hoạch, Thực hành, Cầu nguyện".

VẤN ĐỀ

"Lãnh đạo thường sai lầm khi mong đợi môn đệ sẽ phản ứng và hành động như nhau. Tuy nhiên, Thiên Chúa đã sáng tạo loài người với nhiều tính cách khác nhau. Chìa khóa cho sự lãnh đạo hiệu quả là nhận ra các tính cách cá nhân và học phương pháp làm việc nhóm hiệu quả nhất với họ.

Chúa Giê-su là một người con, Ngài mong muốn tình yêu và sự đoàn tụ tràn đầy nhà Ngài. Hiểu các tính cách cá nhân khác nhau sẽ giúp chúng ta yêu người hơn".

KẾ HOẠCH

"Trong bài học này, chúng ta sẽ học về tám kiểu tính cách khác nhau. Các bạn sẽ khám phá ra kiểu tính cách mà Thiên Chúa đã trao cho bạn, và phương pháp nhằm giúp người khác tự nhận ra kiểu của họ. Mọi tín hữu đều có thể lớn mạnh hơn trong Thiên Chúa khi họ hiểu được Ngài đã tạo nên họ như thế nào".

Ôn tập

Lời chào mừng

Ai xây dựng Hội Thánh?
Tại sao điều đó lại quan trọng?
Chúa Giê-Su xây dựng Hội Thánh của Người như thế nào?
- Lớn mạnh trong Chúa
- Loan báo Tin Mừng
- Đào tạo môn đệ
- Thành lập các nhóm và các Hội Thánh
- Phát triển lãnh đạo

–Thư thứ nhất gửi tín hữu Cô-rin-tô 11:1–Anh em hãy bắt chước tôi, như tôi bắt chước Đức Ki-tô.

Đào Tạo Như Chúa Giê-su

Chúa Giê-Su đã đào tạo các lãnh đạo như thế nào?
- Tiến triển
- Vấn đề
- Kế hoạch
- Thực hành
- Cầu nguyện

–Lu-ca 6:40–Môn đồ không hơn thầy, nhưng người nào được huấn luyện đầy đủ thì cũng có thể được như thầy. (Bản dịch 2011)

Dẫn Dắt Như Chúa Giê-su

Chúa Giê-su đã nói ai là người lãnh đạo vĩ đại nhất? ✋
Bảy đặc điểm của một người lãnh đạo vĩ đại?
1. Lãnh đạo vĩ đại yêu mến con người ✋
2. Lãnh đạo vĩ đại biết rõ nhiệm vụ của mình ✋
3. Lãnh đạo vĩ đại phục vụ cho môn đệ của mình ✋
4. Lãnh đạo vĩ đại ân cần chỉ bảo người phạm lỗi ✋
5. Lãnh đạo vĩ đại nắm rõ vấn đề hiện tại của nhóm ✋
6. Lãnh đạo vĩ đại là tấm gương sáng để noi theo ✋
7. Lãnh đạo vĩ đại biết rằng họ được chúc lành ✋

–Gio-an 13:14-15–Vậy, nếu Thầy là Chúa, là Thầy, mà còn rửa chân cho anh em, thì anh em cũng phải rửa chân cho nhau. Thầy đã nêu gương cho anh em, để anh em cũng làm như Thầy đã làm cho anh em.

Thiên Chúa Đã Trao Cho Bạn Tính Cách Nào?

- Đề nghị các lãnh đạo vẽ một vòng tròn lớn trên một mặt của tờ giấy trắng trong vở mỗi người.

"Vòng tròn tôi đang vẽ tượng trưng cho toàn thể nhân loại trên thế giới".

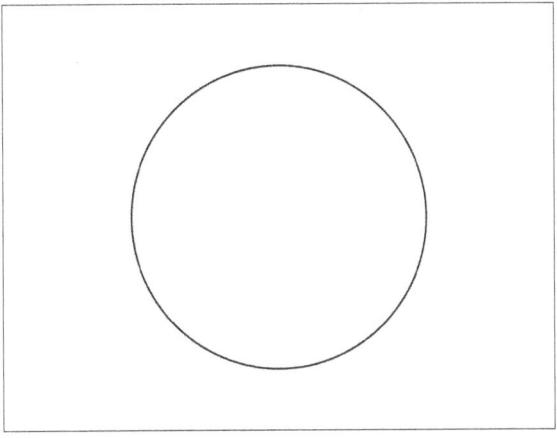

- Đề nghị các lãnh đạo vẽ một đường kẻ ngang cắt đôi vòng tròn ở giữa. Đặt tên cho bên phải của vòng tròn là "Quan hệ" và bên trái là "Công việc".

"Mọi người thuộc một trong hai nhóm sau: nhóm "Hướng công việc" hơn và nhóm "Hướng quan hệ" hơn. Thiên Chúa sáng tạo nên cả hai, nên chẳng có nhóm nào tốt hơn hay xấu hơn; mà đây là cách thức Thiên Chúa tạo nên loài người. Hãy chọn một điểm trên đường kẻ mà bạn nghĩ rằng nó tượng trưng cho kiểu người của bạn.

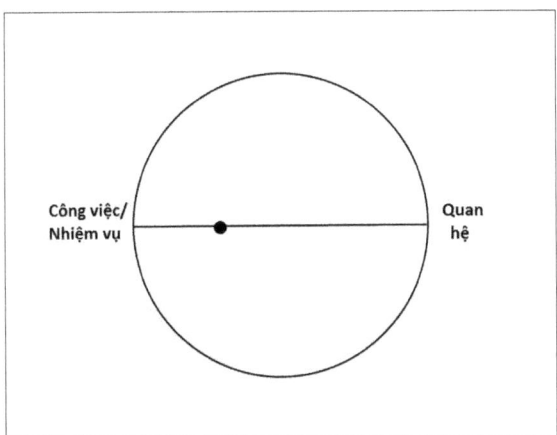

(Người có hướng công việc hơn sẽ đặt một dấm chấm ở bên trái trên đường kẻ. Người có hướng quan hệ hơn sẽ đặt một dấm chấm hướng về bên phải trên đường kẻ. Nếu có người nửa hướng công việc nửa hướng quan hệ, nói họ đặt dấu chấm ở gần tâm, vẫn ở bên trái hoặc phải).

"Chia sẻ kết quả của bạn với một người bên cạnh và xem liệu người đó có đồng tình với điểm mà bạn chọn không. Các bạn có năm phút để thực hiện"

- Đề nghị các lãnh đạo vẽ một đường kẻ dọc ở giữa cắt vòng tròn làm tư. Đặt tên cho phía trên của vòng tròn là "Hướng ngoại" và phía dưới là "Hướng nội".

"Mọi người trên thế giới cũng thuộc một trong hai nhóm sau: nhóm "hướng ngoại" hơn và nhóm "hướng nội" hơn. Chẳng có nhóm nào tốt hay xấu hơn. Đây là cách thức Thiên Chúa tạo nên loài người.

Hãy chọn một điểm trên đường kẻ dọc mà bạn nghĩ rằng nó tượng trưng rõ nhất cho kiểu người của bạn".

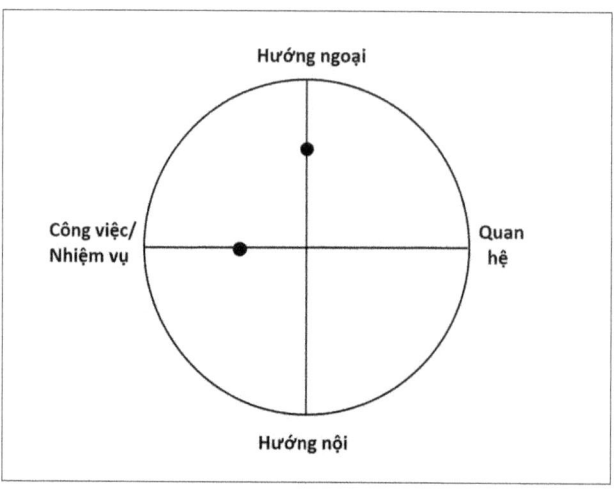

(Người hướng ngoại hơn sẽ đặt một dấm chấm hướng về phía trên ở trên đường kẻ. Người hướng nội hơn sẽ đặt một dấm chấm hướng về phía dưới trên đường kẻ. Nếu có người nửa hướng ngoại nửa hướng nội, nói họ đặt dấu chấm ở gần tâm, vẫn ở phía trên hoặc dưới).

"Chia sẻ kết quả của bạn với một người bên cạnh và xem liệu người đó có đồng tình với điểm mà bạn chọn không. Các bạn có ba phút để thực hiện".

- Đề nghị các lãnh đạo vẽ hai đường chéo (chữ "X") để chia hình tròn ra làm tám phần bằng nhau.
- Các lãnh đạo vẽ một hình vuông hoặc chữ nhật từ các dấu chấm nối lại với nhau để xác định tính cách của họ rơi vào ô nào.
- Minh họa dưới đây trình bày biểu đồ hoàn thiện của một người với tính cách của họ.

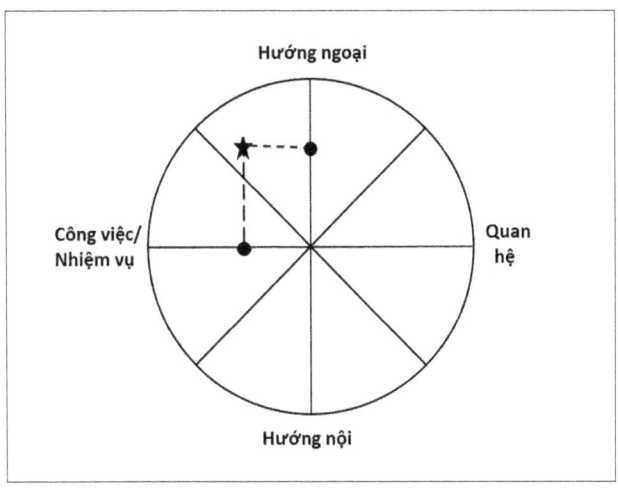

- Bắt đầu từ mảng hướng 9:00-10:30, đi theo chiều kim đồng hồ và trình bày tám kiểu tính cách sau:
- Viết tên của kiểu tính cách trong phần trống khi bạn trình bày các đặc điểm tích cực và tiêu cực.

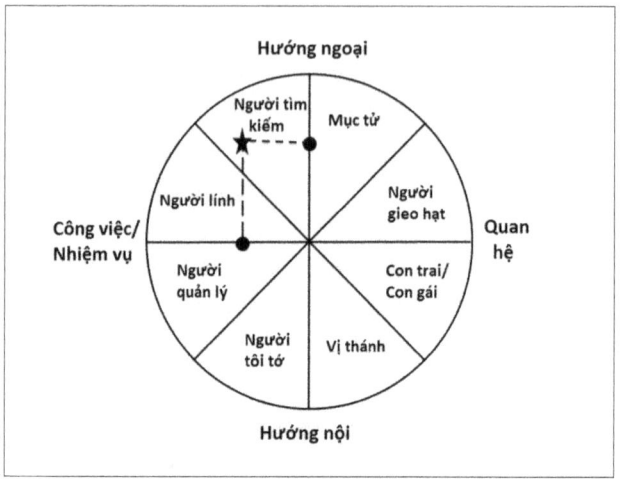

NGƯỜI LÍNH

- Hướng công việc cao, có một chút hướng ngoại hơn là hướng nội.
- Tích cực: Thấy được những điều cần thiết cho chiến thắng, kiên quyết và liêm chính.
- Tiêu cực: Có thể lấn áp và vô tình, có thể thắng được trận đánh nhưng thua cả một cuộc chiến tranh.

NGƯỜI TÌM KIẾM

- Hướng ngoại cao, có chút hướng công việc hơn là hướng quan hệ.
- Tích cực: Thấy được những cơ hội mới, mạng lưới tốt, là một doanh nhân.
- Tiêu cực: Có thể chỉ tìm kiếm những niềm vui, có thể không tập trung vào một công việc, có thể nghĩ rằng những điều mới luôn tốt hơn.

MỤC TỬ

- Hướng ngoại cao, một chút hướng quan hệ hơn là công việc.
- Tích cực: Thấy được những nhu cầu tinh thần của con người, hăng say lãnh đạo nhóm, xuất sắc trong việc khuyến khích con người trong nỗ lực tình cảm của họ.
- Tiêu cực: Có thể hống hách, có thể gây bè kết phái, có thể xung đột khi hợp tác với lãnh đạo hiện tại.

NGƯỜI GIEO HẠT

- Hướng quan hệ cao, một chút hướng ngoại hơn là hướng nội
- Tích cực: Thấy được những tiềm năng bên trong con người, huấn luyện, liên tục trau dồi cho bản thân.
- Tiêu cực: Có thể gieo bất hòa, xung đột bằng việc ngăn cản hay làm nản lòng, nói về những chủ đề mang tính cá nhân quá thường xuyên.

CON TRAI/CON GÁI

- Hướng quan hệ cao, có một chút hướng nội hơn là hướng ngoại.
- Tích cực: Thấy được những điều cần thiết để làm cho người khác cảm thấy như "một phần của gia đình", duy trì hòa bình và nhấn mạnh tầm quan trọng của từng cá nhân.
- Tiêu cực: Có thể luôn tin tưởng gia đình của họ là "tuyệt vời nhất", có thể ganh tỵ và không vững chắc.

VỊ THÁNH

- Hướng nội cao, có một chút hướng quan hệ hơn là hướng công việc.
- Tích cực: Thấy được những cách thức để con người kết nối với Thiên Chúa, ủng hộ truyền thống, là tiếng nói đạo đức của cộng đồng.
- Tiêu cực: Có thể biểu lộ kiểu "thánh thiện hơn ngươi", xung đột trong việc chấp nhận người khác, đôi khi quá cứng nhắc trong việc tuân thủ pháp luật.

NGƯỜI TÔI TỚ

- Hướng nội cao, có một chút hướng công việc hơn là hướng quan hệ.
- Tích cực: Thấy được các cách thức để thỏa mãn nhu cầu vật chất của con người, trung thành, làm việc tốt nhất ở hậu trường.
- Tiêu cực: Phục vụ người khác nhưng có thể không quan tâm đến gia đình của họ, chấp nhận thay đổi một cách chậm chạp, khó khăn trong việc nhìn toàn cảnh bức tranh lớn.

NGƯỜI QUẢN LÝ

- Hướng công việc cao, có một chút hướng nội hơn là hướng quan hệ.
- Tích cực: Thấy được cách tốt nhất để quản lý các nguồn tài nguyên, thông minh và thực tế.
- Tiêu cực: Có thể sa lầy trong tệ quan liêu, thiếu sự cảm thông, hoặc đặt lợi ích của tổ chức lên trên lợi ích thật của con người.

"Trình bày cho cộng sự của bạn rằng bạn thuộc kiểu tính cách nào trong số tám kiểu và đưa ra các ví dụ".

Thiên Chúa Yêu Kiểu Tính Cách Nào Nhất?

- Cho các lãnh đạo tranh luận về điểm này. Câu trả lời của họ sẽ cho bạn thấu hiểu sâu hơn về nền văn hóa của họ. Mỗi nền văn hóa có khuynh hướng chú trọng một hai hai hình ảnh của Chúa Ki-tô hơn những bức còn lại.

"Thiên Chúa tạo nên từng kiểu tính cách sau khi Ngài hoàn thành và thấy thế là tốt đẹp. Tất cả đều là niềm yêu thích của Ngài".

Kiểu Tính Cách Nào Tạo Nên Người Lãnh Đạo Tốt Nhất?

- Cho các lãnh đạo thảo luận về câu hỏi này. Thông thường, hai hay ba hình ảnh của Chúa Ki-tô sẽ được họ ưa thích. Các lãnh đạo sẽ tranh luận hai hay ba kiểu tính cách nào sẽ là tốt nhất cho một người lãnh đạo. Chúng tôi đã tìm thấy những câu trả lời khác nhau đáng kể giữa các nền văn hóa phương Tây và phương Đông. Sau khi cả lớp truyền đạt ý nghĩ của họ, hãy chia sẻ quan điểm sau:

"Có nhiều người rất ngạc nhiên khi phát hiện ra họ có thể là một lãnh đạo nổi bật với bất kì kiểu tính cách nào. Sự lãnh đạo không phụ thuộc vào tính cách. Tôi xin lấy ví dụ cho các bạn về các nhà thờ lớn ở Mỹ là những nơi có số người dự lễ lên đến hơn 5000 mỗi tuần. Hầu hết mọi người sẽ nói rằng các nhà thờ đó được dẫn dắt bởi những vị lãnh đạo vĩ đại. Nếu các bạn nói chuyện với các vị mục sư, các bạn sẽ phát hiện ra rằng mỗi người có tính cách riêng biệt.

Mỗi người lãnh đạo bằng một hình ảnh khác nhau của Chúa Ki-tô. Tính cách không phải là thứ tạo nên một lãnh đạo giỏi. Lãnh đạo giỏi là một người có thể dẫn dắt cả nhóm làm việc cùng nhau và thành công. Chúa Giê-su là người lãnh đạo vĩ đại nhất mọi thời đại. Theo Người và các bạn cũng sẽ trở thành một nhà lãnh đạo vĩ đại".

Câu Kinh Thánh Ghi Nhớ

–THƯ GỬI TÍN HỮU RÔ-MA 12:4-5–
CŨNG NHƯ TRONG MỘT THÂN THỂ, CHÚNG TA CÓ NHIỀU BỘ PHẬN, MÀ CÁC BỘ PHẬN CÓ CÙNG MỘT CHỨC NĂNG; THÌ CHÚNG TA CŨNG VẬY: TUY NHIỀU NHƯNG CHỈ LÀ MỘT PHẦN THÂN THỂ TRONG ĐỨC KI-TÔ, AI NẤY LIÊN ĐỚI VỚI NHAU NHƯ NHỮNG BỘ PHẬN CỦA MỘT THÂN THỂ.

- Mọi người cùng đứng lên và đọc câu Kinh Thánh ghi nhớ mười lần. Sáu lần đầu tiên, học viên có thể tra Kinh Thánh hay tập của mình. Bốn lần sau, học viên tự đọc bằng trí nhớ của mình. Học viên nên đọc vị trí trước rồi mới đến nội dung của câu Kinh Thánh ghi nhớ, và ngồi xuống khi hoàn thành.
- Thực hiện theo quy trình này sẽ giúp đào tạo viên biết được nhóm nào đã thực hiện xong bài học trong giai đoạn "Thực hành".

Thực Hành

- Chia các lãnh đạo thành từng nhóm bốn người. Yêu cầu họ áp dụng quy trình đào tạo với bài học lãnh đạo.

- Dẫn dắt các lãnh đạo xuyên suốt quy trình đào tạo từng bước một, cho họ 7-8 phút để thảo luận từng giai đoạn sau.

TIẾN TRIỂN

"Chia sẻ một trong tám kiểu tính cách mà bạn giống nhiều nhất và đưa ra các ví dụ".

VẤN ĐỀ

"Chia sẻ một trong tám kiểu tính cách mà bạn ít giống nhất và đưa ra các ví dụ".

KẾ HOẠCH

"Hãy chia sẻ một kế hoạch đơn giản để phát hiện ra các kiểu tính cách khác nhau trong nhóm bạn trong tháng tới".

- Mọi người nên ghi lại kế hoạch của các cộng sự của mình để sau này có thể cầu nguyện cho họ.

THỰC HÀNH

"Hãy chia sẻ một công việc mà bạn sẽ thực hành trong vòng 30 ngày tới để giúp bạn tiến bộ trong vai trò lãnh đạo của nhóm bạn".

- Mọi người nên ghi lại thông tin của các cộng sự của mình để sau này có thể cầu nguyện cho họ.

- Sau khi đã chia sẻ kĩ năng mà họ sẽ thực hành, mọi người đứng dậy và cùng nhau đọc câu Kinh Thánh ghi nhớ mười lần.

CẦU NGUYỆN

"Hãy dành thời gian để cầu nguyện cho kế hoạch của mỗi người và kĩ năng mà bạn sẽ thực hành trong vòng 30 ngày tới để tiến bộ hơn trong vai trò lãnh đạo".

KẾT THÚC

Hăm-bơ-gơ kẹp phô-mai kiểu Mỹ

"Nói các lãnh đạo tưởng tượng như đang ở trong một nhà hàng. Chia các lãnh đạo thành các nhóm từ ba đến bốn người. Coi các nhóm như những bàn ăn và mọi người đang ăn. Bạn là bồi bàn và sẵn sàng phục vụ".

- Quàng khăn trên tay, đi đến bàn thứ nhất và hỏi họ muốn ăn gì. Cho dù họ có yêu cầu gì cũng hãy nói: "Xin lỗi, chúng tôi hiện đã hết món đó. Tôi sẽ gọi cho quý khách món hăm-bơ-gơ kẹp phô-mai kiểu Mỹ thay thế"
- Sau một vài bàn như vậy, hầu hết mọi người sẽ gọi món hăm-bơ-gơ kẹp phô-mai kiểu Mỹ vì họ nhận ra rằng đó là tất cả những gì bạn có.

"Trò chơi sinh hoạt này minh họa cho một lỗi lầm thông thường của lãnh đạo. Lãnh đạo mong muốn mọi người hành động và trở nên giống nhau, nhưng Thiên Chúa đã tạo nên từng người khác nhau. Lãnh đạo giỏi học cách làm

việc với những con người có tính cách khác nhau. Họ dạy người ta cách hợp tác và tôn trọng những sự khác biệt".

- Nhờ một trong số các lãnh đạo cầu nguyện tạ ơn về những cách thức khác nhau mà Thiên Chúa tạo nên loài người.

5

Cùng Nhau Mạnh Mẽ Hơn

Các lãnh đạo đã tìm ra kiểu tính cách của mỗi người trong bài học vừa rồi. "Cùng Nhau Mạnh Mẽ Hơn" giúp các lãnh đạo thấy được kiểu tính cách của họ tương tác với những người khác như thế nào. Tại sao con người lại có đến tám kiểu tính cách khác nhau? Một số người nói con tàu Nô-ê đã chứa tám người, trong khi số khác lại cho rằng Thiên Chúa đã tạo nên tám kiểu tính cách tượng trưng cho tám hướng trên la bàn – bắc, đông bắc, đông,v.v. Chúng ta có thể giải thích lý do một cách đơn giản. Thế giới có tám kiểu tính cách khác nhau vì Thiên Chúa đã tạo nên loài người dựa trên tám hình ảnh của Ngài. Nếu bạn muốn thấy được Thiên Chúa trông như thế nào, Kinh Thánh nói rằng hãy nhìn vào Chúa Giê-su. Tám kiểu tính cách cơ bản trên thế giới phản chiếu tám hình ảnh của Chúa Giê-su.

Chúa Giê-su là một người lính – tổng tư lệnh của quân đội Thiên Chúa. Chúa Giê-su là một người tìm kiếm – tìm và cứu rỗi những người bị hư mất. Chúa Giê-su là một vị mục tử - cho những ai theo Ngài thức ăn. nước uống và nghỉ ngơi. Chúa Giê-su là một người gieo hạt – gieo rắc Lời Chúa trong đời sống chúng ta. Ngài là một người con – Thiên Chúa gọi Ngài là người con yêu dấu và ra lệnh chúng ta nghe theo Ngài. Chúa Giê-su là vị cứu chuộc và kêu gọi chúng ta đại diện cho Ngài trong vai trò là các vị thánh. Ngài là người tôi tớ - vâng theo lệnh Chúa Cha, ngay cả khi phải chết. Cuối cùng, Chúa Giê-su là một người quản lý - có nhiều dụ ngôn về quản lý thời gian, tiền bạc hay con người.

Mọi lãnh đạo đều mang một trọng trách giúp đỡ con người làm việc cùng nhau. Đôi khi những con người với kiểu tính cách khác nhau có những xung đột không thể tránh được vì họ nhìn thế giới theo các góc nhìn khác nhau. Hai cách thức phổ biến nhất mà mọi người giải quyết xung đột là tránh né hay chiến đấu chống lại. Một cách thứ ba – được dẫn dắt bởi Thần Khí Thiên Chúa – là tìm kiếm các giải pháp thể hiện được sự tôn trọng và chấp nhận từng tính cách. Buổi học kết thúc bằng một cuộc thi diễn kịch nhằm cho thấy sự thật này một cách hài hước. Biểu đồ "Tám hình ảnh của Chúa Ki-tô" giúp chúng ta biết cách yêu mọi người hơn. Đây là trách nhiệm của tất cả những ai theo Chúa Giê-su.

Ca Tụng

- Cùng hát hai bài ca thờ phượng. Để nghị một lãnh đạo cầu nguyện cho giai đoạn này.

Tiến Triển

- Nhờ một lãnh đạo khác trong khóa học chia sẻ một lời chứng ngắn (ba phút) về cách thức mà Thiên Chúa đang chúc lành cho nhóm của họ. Sau khi người lãnh đạo đó hoàn tất, yêu cầu cả lớp cầu nguyện cho anh/ cô ta.

- Ngoài ra, bạn có thể làm mẫu một giai đoạn huấn luyện cùng một lãnh đạo, áp dụng quy trình đào tạo lãnh đạo "Tiến triển, Vấn đề, Kế hoạch, Thực hành, Cầu nguyện".

Vấn Đề

"Chúng ta đã học về tám kiểu tính cách khác nhau trong bài học vừa rồi. Kiến thức này giúp chúng ta hiểu xung đột xảy ra trong nhóm như thế nào. Không có gì ngăn chặn công tác truyền giáo hay sứ vụ nhanh hơn xung đột. Người ta cho đi, nhận lấy những lời lẽ nóng nảy và làm tổn thương lẫn nhau. Sau đó, công tác truyền giáo hay sứ vụ bắt đầu chậm lại".

Kế Hoạch

"Chúa Giê-su là Vị Cứu Chuộc và kêu gọi môn đệ Ngài trở nên những vị Thánh đại diện Ngài cho toàn thế giới. Thế giới biết chúng ta là những người Ki-tô hữu qua cách thức mà chúng ta giải quyết xung đột. Kế hoạch cho bài học này là trình bày bạn thấy lý do tại sao xung đột xảy ra và phương pháp giải quyết bất hòa khi chúng xuất hiện".

Ôn Tập

Lời chào mừng
    Ai xây dựng Hội Thánh?
    Tại sao điều đó lại quan trọng?
    Chúa Giê-Su xây dựng Hội Thánh của Người như thế nào?
        Be Strong in God ✋
        Share the Gospel ✋
        Make Disciples ✋
        Lớn mạnh trong Chúa ✋

Loan báo Tin Mừng
Đào tạo môn đệ
Thành lập các nhóm và các Hội Thánh
Phát triển lãnh đạo

–Thư thứ nhất gửi tín hữu Cô-rin-tô 11:1–Anh em hãy bắt chước tôi, như tôi bắt chước Đức Ki-tô.

Đào Tạo Như Chúa Giê-su

Chúa Giê-Su đã đào tạo các lãnh đạo như thế nào?
Tiến triển
Vấn đề
Kế hoạch
Thực hành
Cầu nguyện

–Lu-ca 6:40–Môn đồ không hơn thầy, nhưng người nào được huấn luyện đầy đủ thì cũng có thể được như thầy. (Bản dịch 2011)

Dẫn Dắt Như Chúa Giê-su

Chúa Giê-su đã nói ai là người lãnh đạo vĩ đại nhất?
Bảy đặc điểm của một người lãnh đạo vĩ đại?
1. Lãnh đạo vĩ đại yêu mến con người
2. Lãnh đạo vĩ đại biết rõ nhiệm vụ của mình
3. Lãnh đạo vĩ đại phục vụ cho môn đệ của mình
4. Lãnh đạo vĩ đại ân cần chỉ bảo người phạm lỗi
5. Lãnh đạo vĩ đại nắm rõ vấn đề hiện tại của nhóm
6. Lãnh đạo vĩ đại là tấm gương sáng để noi theo
7. Lãnh đạo vĩ đại biết rằng họ được chúc lành

–Gio-an 13:14-15–Vậy, nếu Thầy là Chúa, là Thầy, mà còn rửa chân cho anh em, thì anh em cũng phải rửa chân cho nhau. Thầy đã nêu gương cho anh em, để anh em cũng làm như Thầy đã làm cho anh em.

Lớn Mạnh

Thiên Chúa đã trao cho bạn tính cách nào?

Người lính ✋
Người tìm kiếm ✋
Mục tử ✋
Người gieo hạt ✋
Con trai/Con gái ✋
Vị thánh ✋
Người phục vụ ✋
Người quản lý ✋

Thiên Chúa yêu kiểu tính cách nào nhất?
Kiểu tính cách nào tạo nên người lãnh đạo tốt nhất?

–Thư gửi tín hữu Rô-ma 12:4-5–Cũng như trong một thân thể, chúng ta có nhiều bộ phận, mà các bộ phận có cùng một chức năng; thì chúng ta cũng vậy: tuy nhiều nhưng chỉ là một phần thân thể trong Đức Ki-tô, ai nấy liên đới với nhau như những bộ phận của một thân thể.

Tại Sao Lại Có Tám Kiểu Người Trên Thế Giới?

–SÁCH SÁNG THẾ 1:26–
THIÊN CHÚA PHÁN: "CHÚNG TA HÃY LÀM RA CON NGƯỜI THEO HÌNH ẢNH CHÚNG TA, GIỐNG NHƯ CHÚNG TA,...".

–THƯ GỬI TÍN HỮU CÔ-LÔ-XÊ 1:15–
THÁNH TỬ LÀ HÌNH ẢNH THIÊN CHÚA VÔ HÌNH, LÀ TRƯỞNG TỬ SINH RA TRƯỚC MỌI LOÀI THỌ TẠO.

"Loài người được tạo nên theo hình ảnh của Thiên Chúa. Nếu bạn muốn thấy hình ảnh của Thiên Chúa vô hình, hãy nhìn vào Chúa Giê-su. Thậm chí khi sa ngã, chúng ta vẫn có thể thấy được những hình ảnh đó. Có tám hình ảnh của Chúa Giê-su trong Kinh Thánh giúp chúng ta biết được Chúa Giê-su là ai".

Chúa Giê-Su Là Ai?

NGƯỜI LÍNH

–MÁT-THÊU 26:53–
HAY ANH TƯỞNG LÀ THẦY KHÔNG THỂ KÊU CỨU VỚI CHA THẦY SAO? NGƯỜI SẼ CẤP NGAY CHO THẦY HƠN MƯỜI HAI ĐẠO BINH THIÊN THẦN!

✋ Người lính
Giương kiếm lên.

NGƯỜI TÌM KIẾM

–LU-CA 19:10–
VÌ CON NGƯỜI ĐẾN ĐỂ TÌM VÀ CỨU NHỮNG GÌ ĐÃ MẤT".

✋ Người tìm kiếm
Nhìn tới lui với tay ở trên đôi mắt.

MỤC TỬ

–GIO-AN 10:11–
TÔI CHÍNH LÀ MỤC TỬ NHÂN LÀNH. MỤC TỬ NHÂN LÀNH HY SINH MẠNG SỐNG MÌNH CHO CHIÊN.

✋ Mục tử
Di chuyển cánh tay về phía cơ thể của bạn như thể bạn đang tập hợp mọi người.

NGƯỜI GIEO HẠT

–MÁT-THÊU 13:37–
NGƯỜI ĐÁP: "KẺ GIEO HẠT GIỐNG TỐT LÀ CON NGƯỜI"

✋ Người gieo hạt
Gieo hạt bằng tay.

CON TRAI/ CON GÁI

–LU-CA 9:35–
VÀ TỪ ĐÁM MÂY CÓ TIẾNG PHÁN RẰNG: "ĐÂY LÀ CON TA, NGƯỜI ĐÃ ĐƯỢC TA TUYỂN CHỌN, HÃY VÂNG NGHE LỜI NGƯỜI!"

✋ Người con
Di chuyển cánh tay về phía miệng như là bạn đang ăn.

VỊ CỨU CHUỘC/ VỊ THÁNH

–MÁC-CÔ 8:31–
RỒI NGƯỜI BẮT ĐẦU DẠY CHO CÁC ÔNG BIẾT CON NGƯỜI PHẢI CHỊU ĐAU KHỔ NHIỀU, BỊ CÁC KỲ MỤC, THƯỢNG TẾ CÙNG KINH SƯ LOẠI BỎ, BỊ GIẾT CHẾT VÀ SAU BA NGÀY, SỐNG LẠI.

"Chúng ta được kêu gọi nên thánh nhằm đại diện cho công cuộc cứu chuộc của Ngài trên toàn thế giới".

🖐 Vị cứu chuộc/ vị thánh
   Chắp tay lại theo tư thế cầu nguyện.

NGƯỜI TÔI TỚ

–GIO-AN 13:14-15–
VẬY, NẾU THẦY LÀ CHÚA, LÀ THẦY, MÀ CÒN RỬA CHÂN CHO ANH EM, THÌ ANH EM CŨNG PHẢI RỬA CHÂN CHO NHAU. THẦY ĐÃ NÊU GƯƠNG CHO ANH EM, ĐỂ ANH EM CŨNG LÀM NHƯ THẦY ĐÃ LÀM CHO ANH EM.

🖐 Người tôi tớ
   Vung một cây búa.

NGƯỜI QUẢN LÝ

–LU-CA 6:38–
ANH EM HÃY CHO, THÌ SẼ ĐƯỢC THIÊN CHÚA CHO LẠI. NGƯỜI TA SẼ ĐONG CHO ANH EM ĐẤU ĐỦ LƯỢNG ĐÃ DẰN, ĐÃ LẮC VÀ ĐẦY TRÀN, MÀ ĐỔ VÀO VẠT ÁO ANH EM. VÌ ANH EM ĐONG BẰNG ĐẤU NÀO, THÌ THIÊN CHÚA SẼ ĐONG LẠI CHO ANH EM BẰNG ĐẤU ẤY".

🖐 Người quản lý
   Lấy tiền từ túi áo hoặc ví.

Ba Lựa Chọn Chúng Ta Có Khi Xảy Ra Xung Đột?

CHẠY TRỐN (PHẢN ỨNG XÁC THỊT)

"Nhiều kiểu tính cách khác nhau có những ý tưởng và phương pháp khác nhau để thực hiện công việc. Những người đối diện nhau trên biểu đồ tròn thường hay xung đột khi làm việc cùng nhau. Họ thường gặp khó khăn để hiểu nhau.

Ví dụ như, người gieo hạt muốn dùng tiền bạc và thời gian cho sự phát triển của con người, nhưng người quản lý lại muốn tiết kiệm chúng để công việc có thể được tiếp tục. Để đưa ra các quyết định đúng đắn cần sự kết hợp của cả hai quan điểm. Quá chú trọng vào một quan điểm sẽ tạo nên sự chống đối và những quyết định tồi.

Đối với hầu hết mọi người, đương đầu với xung đột thật khó khăn và cuối cùng hai bên không muốn giao tiếp với nhau. Sợ mối xung đột và nỗi đau càng lớn dần, chúng ta né tránh người kia. Phương châm của chúng ta lúc đó trở thành "An toàn hơn là xin lỗi".

Trong trường hợp này, người ta tranh cãi, chạy trốn và né tránh lẫn nhau"

✋ Giữ hai nắm tay lại với nhau. Tách chúng ra và đặt ở sau lưng.

CHIẾN ĐẤU CHỐNG LẠI NHAU (PHẢN ỨNG XÁC THỊT)

"Đôi khi người ta không né tránh xung đột mà lại công khai căm ghét chống lại nhau. Chúng ta cảm thấy đau đớn

hay hiểu lầm và muốn người kia phải "trả giá" cho những gì họ đã làm. Chúng ta có thể chiến đấu bằng ngôn từ, thái độ, hay nắm đấm. Kết quả là xung đột ngày càng chồng chất.

Ví dụ như, người tìm kiếm luôn mong muốn tìm kiếm những cơ hội và kinh nghiệm mới mẻ, trong khi một vị thánh lại muốn cả nhóm ổn định trên một nền móng vững chắc. Chúng ta cần cả hai tính cách trong thân thể Chúa Ki-tô. Việc cả hai bên thử áp dụng "mới" và "cũ" cùng nhau có thể gây khó khăn.

Vấn đề này có vẻ như dễ gặp ở phong cách thờ phượng. Các nhóm chỉ chú trọng phong cách của mình và chê bai nhóm nào có phong cách khác. Họ dùng ngôn từ, thái độ và hành động để chống lại và làm tổn thương lẫn nhau.

Trong trường hợp này, chúng ta tranh cãi và chiến đấu chống lại nhau".

✋ Nắm hai tay lại và đấm vào nhau.

TÌM KIẾM GIẢI PHÁP THEO THẦN KHÍ CHÚA ĐỂ LÀM VIỆC CÙNG NHAU (PHẢN ỨNG TÂM LINH)

"Chúa Thánh Thần hướng dẫn phản ứng thứ ba này. Nếu nhận ra rằng khi xung đột xảy ra, chúng ta có khuynh hướng né tránh hay chiến đấu theo ý muốn xác thịt, chúng ta có thể cầu xin và trông cậy vào Chúa Thánh Thần giúp đỡ tìm kiếm giải pháp để mọi người làm việc cùng nhau. Chúng ta tin rằng các giải pháp cho các vấn đề đến từ cả thân thể Chúa Ki-tô sẽ hữu hiệu hơn. Phản ứng thứ ba đòi hỏi sự giao tiếp, niềm tin, tình yêu trên tất cả".

"Ví dụ như, một người lính mong muốn Hội Thánh có trật tự và thực thi nhiệm vụ cùng Thiên Chúa. Trong khi đó, một người con trai hay con gái lại muốn Hội Thánh là một nơi chữa lành cho cả gia đình. Người lính tập trung vào công việc, trong khi người con lại chú trọng các mối quan hệ. Khi được đoàn kết trong Thần Khí, họ sẽ tìm ra giải pháp để thi hành nhiệm vụ và giúp mọi người cảm thấy như là" một phần của nhóm". Chúng ta làm việc, làm việc, và làm việc – nhưng cũng chơi đùa, chơi đùa, và chơi đùa.

Trong trường hợp này, chúng ta cùng nhau tìm ra giải pháp trong Chúa Ki-tô và làm việc hướng đến Nước Chúa".

✋ Nắm hai tay lại, rồi thả ra và luồn các ngón tay vào nhau, lắc tay lên xuống như thể đang làm việc cùng nhau.

Câu Kinh Thánh Ghi Nhớ

–THƯ GỬI TÍN HỮU GA-LÁT 2:20–
TÔI SỐNG, NHƯNG KHÔNG CÒN LÀ TÔI, MÀ LÀ ĐỨC KI-TÔ SỐNG TRONG TÔI. HIỆN NAY TÔI SỐNG TRONG XÁC PHÀM, LÀ SỐNG TRONG NIỀM TIN VÀO CON THIÊN CHÚA, ĐẤNG ĐÃ YÊU MẾN TÔI VÀ HIẾN MẠNG VÌ TÔI.

- Mọi người cùng đứng lên và đọc câu Kinh Thánh ghi nhớ mười lần. Sáu lần đầu tiên, học viên có thể tra Kinh Thánh hay tập của mình. Bốn lần sau, học viên tự đọc bằng trí nhớ của mình. Học viên nên đọc vị trí trước rồi mới đến nội dung của câu Kinh Thánh ghi nhớ, và ngồi xuống khi hoàn thành.
- Thực hiện theo quy trình này sẽ giúp đào tạo viên biết được nhóm nào đã thực hiện xong bài học trong giai đoạn "Thực hành".

Thực Hành

Thi Diễn Kịch

- Phân chia lãnh đạo thành từng nhóm ít nhất tám người. Hãy thông báo rằng bạn sẽ tổ chức một cuộc thi diễn kịch. Nhóm diễn hài hước, đúng với thực tế nhất sẽ đoạt giải.
- Từng thành viên của nhóm chọn một hình ảnh của Chúa Ki-tô để bắt chước. Hình ảnh được chọn nên khác với tính cách của mỗi người. Ví dụ như, nếu một người có tính cách là "người lính", họ nên chọn một hình ảnh khác của Chúa Ki-tô hơn là "người lính" để diễn.
- Vở kịch mà họ sẽ diễn là "họp mặt nhóm về việc thành lập các Hội Thánh mới tại tỉnh láng giềng". Các thành viên chỉ nên diễn trong bối cảnh xung đột với nhau (xác thịt). Không ai nghe theo tiếng gọi của Thần Khí.
- Các lãnh đạo sẽ có năm phút để trình diễn. Ép họ phải "cường điệu vai diễn" để mọi người biết được vai mà họ đang diễn.
- Cho họ đủ thời gian để diễn (ít nhất 20 phút).
- Bắt đầu buổi diễn. Vào cuối vở diễn của một nhóm, đi vòng quanh các diễn viên và xem liệu các lãnh đạo có đoán được vai mà từng thành viên diễn không. Trao giải nhất cho nhóm diễn hài hước và đúng với thực tế nhất. Giải thưởng có thể là: các câu thơ Tin Mừng, CD thờ phượng, kẹo,…
- Sau khi các nhóm đã trình diễn xong, nhờ họ chọn ra "ngôi sao" từ nhóm mình để lập nên một nhóm "toàn sao" và diễn lại vở kịch như một nhóm hoàn toàn mới.

Một Câu Hỏi Thường Gặp

Sự khác biệt giữa tám hình của Chúa Ki-tô và các ơn tài năng tâm linh (Ân Tứ Thánh Linh) ?

Thiên Chúa tạo nên loài người theo hình ảnh của Ngài, nếu ai muốn thấy hình ảnh của Thiên Chúa vô hình, Kinh Thánh nói rằng hãy nhìn vào Chúa Giê-su. Tám hình ảnh thể hiện việc con người có quan hệ vững chắc thế nào và sự thật về những tín hữu và những người chưa tin. Việc áp dụng tám hình ảnh như là một khuôn khổ để cho tâm linh trưởng thành chú trọng đến các ơn tài năng tâm linh. Làm sao để một người chưa tin làm bài kiểm tra và khám phá ra các ơn tài năng tâm linh của mình mặc dù họ vẫn chưa tin hẳn vào Thiên Chúa?

Tám hình ảnh của Chúa Ki-tô giống như "những cái xô" để những ơn tài năng tâm linh được rót đầy tràn. Một mục tử có thể có các ơn tài năng tâm linh là lòng khoan dung, sự thúc đẩy, hay sự hào phóng như ý của Chúa Thánh Thần. Chúng ta thấy rằng các ơn tài năng tâm linh thường thuộc những hình ảnh của Chúa Ki-tô hơn. Ví dụ như, tài năng phụng sự thường đi chung với hình ảnh của người tôi tớ.

6

Loan Báo Tin Mừng

Làm sao để người ta có thể tin nếu họ chưa bao giờ được nghe Tin Mừng? Thật không may, môn đệ Chúa Giê-su lại không thường xuyên loan báo Tin Mừng để cho người khác tin. Có một lý do đó là họ chưa được học cách để chia sẻ. Một lý do khác là họ bận rộn với những công việc hằng ngày và vì thế quên đi mất. Trong bài học "Loan Báo Tin Mừng", lãnh đạo học phương pháp để tạo nên một "vòng tay Tin Mừng" để chia sẻ với gia đình và bạn bè. Vòng tay nhắc nhở chúng ta loan báo Tin Mừng cho những người khác và là lý do tốt để khởi đầu câu chuyện. Màu sắc của vòng tay gợi nhớ phương pháp loan báo Tin Mừng cho những ai đang tìm kiếm Thiên Chúa.

Vòng tay Tin Mừng cho chúng ta thấy mình đã rời Gia Đình Thiên Chúa như thế nào. Khởi nguyên là Thiên Chúa – hạt vàng. Chúa Thánh Thần tạo nên một thế giới hoàn hảo với bầu trời và biển – hạt xanh lam. Ngài tạo ra người đàn ông và đặt ông ở một khu vườn xinh đẹp – hạt xanh lục. Người đàn ông và phụ nữ đầu tiên phản bội Thiên Chúa, mang tội lỗi đến và tổn thương thế giới – hạt đen. Thiên Chúa sai con duy nhất của Ngài đến thế gian và Người sống một cuộc sống thánh thiện – hạt trắng. Chúa Giê-su chết trên thập tự để chuộc tội cho chúng ta – hạt đỏ.

Vòng tay Tin Mừng cho chúng ta thấy mình có thể trở về Gia Đình Thiên Chúa bằng cách lần ngược lại thứ tự các hạt. Thiên Chúa đã nói bất cứ ai tin rằng Chúa Giê-su đã chết trên thập tự để cứu chuộc họ - hạt đỏ - và Người là Con Thiên Chúa – hạt trắng – đã tha thứ cho tội lỗi của họ – hạt đen. Thiên Chúa nhận chúng ta trở về nhà Ngài và chúng ta trưởng thành trở nên giống Chúa Giê-su – hạt xanh lục. Thiên Chúa ban cho chúng ta Chúa Thánh Thần – hạt xanh lam – và hứa rằng khi không còn sống trên thế gian này nữa, chúng ta sẽ được ở cùng Ngài trên thiên đàng nơi có những con đường bằng vàng - hạt vàng.

Bài học kết thúc bằng việc cho thấy Chúa Giê-su là con đường duy nhất để đến với Thiên Chúa. Không ai có đủ trí khôn, lòng lành, sức mạnh hay tình yêu để tự bản thân tìm đến Thiên Chúa. Chỉ có thông qua Chúa Giê-su là lối duy nhất con người mới có thể về với Thiên Chúa. Theo Chúa Giê-su là sự thật duy nhất giải thoát con người khỏi tội lỗi. Chỉ có Chúa Giê-su mới có thể ban cho chúng ta cuộc sống vĩnh hằng nhờ cái chết của Ngài trên thập tự.

Ca Tụng

- Cùng hát hai bài ca thờ phượng. Đề nghị một lãnh đạo cầu nguyện cho giai đoạn này.

Tiến triển

- Nhờ một lãnh đạo khác trong khóa học chia sẻ một lời chứng ngắn (ba phút) về cách thức mà Thiên Chúa đang chúc lành cho nhóm của họ. Sau khi người lãnh đạo đó hoàn tất, yêu cầu cả lớp cầu nguyện cho anh/ cô ta.

VẤN ĐỀ

Họ hỏi: "Nhiều tín hữu cố gắng loan báo Tin Mừng. Vậy tôi nên loan báo cho ai?" và "Tôi nên nói gì?" Các tín hữu thường bận rộn và thất bại trong việc nhận ra rằng Thiên Chúa đang làm việc trong đời sống của một ai đó để mang họ đến với Đức Tin".

KẾ HOẠCH

"Trong bài học này, chúng ta sẽ ôn lại một cách thức đơn giản để loan báo Tin Mừng, thực hành chia sẻ, và tạo một "vòng tay Tin Mừng" để giúp chúng ta nhớ đến việc loan báo Tin Mừng nhiều hơn".

Ôn tập

Lời chào mừng

Ai xây dựng Hội Thánh?
Tại sao điều đó lại quan trọng?
Chúa Giê-Su xây dựng Hội Thánh của Người như thế nào?
  Lớn mạnh trong Chúa
  Loan báo Tin Mừng
  Đào tạo môn đệ
  Thành lập các nhóm và các Hội Thánh
  Phát triển lãnh đạo

–Thư thứ nhất gửi tín hữu Cô-rin-tô 11:1–Anh em hãy bắt chước tôi, như tôi bắt chước Đức Ki-tô.

Đào Tạo Như Chúa Giê-su
Chúa Giê-Su đã đào tạo các lãnh đạo như thế nào?
Tiến triển ✋
Vấn đề ✋
Kế hoạch ✋
Thực hành ✋
Cầu nguyện ✋

–Lu-ca 6:40–Môn đồ không hơn thầy, nhưng người nào được huấn luyện đầy đủ thì cũng có thể được như thầy. (Bản dịch 2011)

Dẫn Dắt Như Chúa Giê-su
Chúa Giê-su đã nói ai là người lãnh đạo vĩ đại nhất? ✋
Bảy đặc điểm của một người lãnh đạo vĩ đại?
1. Lãnh đạo vĩ đại yêu mến con người ✋
2. Lãnh đạo vĩ đại biết rõ nhiệm vụ của mình ✋
3. Lãnh đạo vĩ đại phục vụ cho môn đệ của mình ✋
4. Lãnh đạo vĩ đại ân cần chỉ bảo người phạm lỗi ✋
5. Lãnh đạo vĩ đại nắm rõ vấn đề hiện tại của nhóm ✋
6. Lãnh đạo vĩ đại là tấm gương sáng để noi theo ✋
7. Lãnh đạo vĩ đại biết rằng họ được chúc lành ✋

–Gio-an 13:14-15–Vậy, nếu Thầy là Chúa, là Thầy, mà còn rửa chân cho anh em, thì anh em cũng phải rửa chân cho nhau. Thầy đã nêu gương cho anh em, để anh em cũng làm như Thầy đã làm cho anh em.

Lớn Mạnh
Thiên Chúa đã trao cho bạn tính cách nào?
Người lính ✋
Người tìm kiếm ✋
Mục tử ✋
Người gieo hạt ✋
Con trai/Con gái ✋

Vị thánh ✋
Người phục vụ ✋
Người quản lý ✋
Thiên Chúa yêu kiểu tính cách nào nhất?
Kiểu tính cách nào tạo nên người lãnh đạo tốt nhất?

—Thư gửi tín hữu Rô-ma 12:4-5—Cũng như trong một thân thể, chúng ta có nhiều bộ phận, mà các bộ phận có cùng một chức năng; thì chúng ta cũng vậy: tuy nhiều nhưng chỉ là một phần thân thể trong Đức Ki-tô, ai nấy liên đới với nhau như những bộ phận của một thân thể.

Cùng Nhau Mạnh Mẽ Hơn
Tại sao lại có tám kiểu người trên thế giới?
Chúa Giê-su là ai?
Người lính ✋
Người tìm kiếm ✋
Mục tử ✋
Người gieo hạt ✋
Con trai/ Con gái ✋
Vị cứu chuộc/ Vị thánh ✋
Người tôi tớ ✋
Người quản lý ✋
Ba lựa chọn chúng ta có khi xảy ra xung đột?
Chạy trốn ✋
Chiến đấu chống lại nhau ✋
Tìm kiếm giải pháp theo Thần Khí Chúa để làm việc cùng nhau ✋

—Thư gửi tín hữu Ga-lát 2:20—Tôi sống, nhưng không còn là tôi, mà là Đức Ki-tô sống trong tôi. Hiện nay tôi sống trong xác phàm, là sống trong niềm tin vào con Thiên Chúa, Đấng đã yêu mến tôi và hiến mạng vì tôi.

Tôi Làm Thế Nào Để Loan Báo Tin Mừng Đơn Giản?

–LU-CA 24:1-7–

NGÀY THỨ NHẤT TRONG TUẦN, VỪA TẢNG SÁNG, CÁC BÀ ĐI RA MỘ, MANG THEO DẦU THƠM ĐÃ CHUẨN BỊ SẴN. HỌ THẤY TẢNG ĐÁ ĐÃ LĂN RA KHỎI MỘ. NHƯNG KHI BƯỚC VÀO, HỌ KHÔNG THẤY THI HÀI CHÚA GIÊ-SU ĐÂU CẢ. HỌ CÒN ĐANG PHÂN VÂN, THÌ KÌA HAI NGƯỜI ĐÀN ÔNG Y PHỤC SÁNG CHÓI, ĐỨNG BÊN HỌ. ĐANG LÚC CÁC BÀ SỢ HÃI, CÚI GẦM XUỐNG ĐẤT, THÌ HAI NGƯỜI KIA NÓI: "SAO CÁC BÀ LẠI TÌM NGƯỜI SỐNG Ở GIỮA KẺ CHẾT? NGƯỜI KHÔNG CÒN ĐÂY NỮA, NHƯNG ĐÃ SỐNG LẠI RỒI. HÃY NHỚ LẠI ĐIỀU NGƯỜI ĐÃ NÓI VỚI CÁC BÀ HỒI CÒN Ở GA-LI-LÊ, LÀ CON NGƯỜI PHẢI BỊ NỘP VÀO TAY PHƯỜNG TỘI LỖI, VÀ BỊ ĐÓNG ĐINH VÀO THẬP GIÁ, RỒI NGÀY THỨ BA SỐNG LẠI".

- Sau khi các lãnh đạo đã đọc thật to đoạn Kinh Thánh xong, phân phát các vật liệu sau cho từng người:

    1. Một hạt vàng, xanh lục, xanh lam, đen, trắng, đỏ.
    2. Một dây da hoặc dây thừng nhỏ dài 12 inch (khoảng 30,48 cm).

- Trình bày làm thế nào để tạo "vòng tay Tin Mừng". Bắt đầu bằng cách buộc một nút ở giữa sợi dây để giữ các hạt cố định. Xỏ từng hạt vào sợi dây theo thứ tự mà bạn đã trình bày lúc đầu.

HẠT VÀNG

"Khởi nguyên chỉ có Thiên Chúa".

HẠT XANH LAM

"Sau đó, Thần Khí Chúa sáng tạo nên mọi loài mọi vật trên trái đất, bao gồm cả bầu trời và biển cả".

HẠT XANH LAM

"Thiên Chúa dựng nên một khu vườn xinh đẹp, tạo ra người đàn ông, và đưa ông vào Gia Đình Thiên Chúa".

HẠT ĐEN

"Buồn thay, con người phản bội Thiên Chúa, mang lại tội lỗi và tổn thương thế giới. Vì sự phản bội này, con người phải rời bỏ khu vườn và Gia Đình Thiên Chúa".

HẠT TRẮNG

"Dù vậy, Thiên Chúa vẫn yêu con người rất nhiều, vì thế Ngài đã sai Chúa Giê-su – con Ngài – đến với thế gian. Chúa Giê-su sống một cuộc sống thánh thiện và vâng lời Thiên Chúa trong mọi sự".

HẠT ĐỎ

"Chúa Giê-su chết trên thập tự vì tội lỗi của chúng ta và được mai táng".

- Lúc này, các lãnh đạo không thêm hạt vào vòng dây mà buộc một nút thắt để cố định các hạt. Tiếp tục với đoạn kế tiếp bằng hạt đỏ và thêm các hạt theo thứ tự ngược lại cho đến hạt vàng.

HẠT ĐỎ

"Thiên Chúa đã chứng kiến và chấp nhận sự dâng hiến của Chúa Giê-su để cứu chuộc tội lỗi của chúng ta. Ngài hồi sinh Chúa Giê-su từ cái chết sau ba ngày để biểu lộ cho cả thế giới biết rằng Chúa Giê-su là con đường duy nhất để trở về với Thiên Chúa".

HẠT TRẮNG

"Những ai tin vào Chúa Giê-su là Con Thiên Chúa và Người đã chuộc tội cho tội lỗi của chúng ta…"

HẠT ĐEN

"Và những ai ăn năn hối lỗi và cầu xin Chúa Giê-su giúp đỡ họ…"

HẠT XANH

"… Thiên Chúa tha thứ cho họ và đón mừng họ trở về với gia đình Ngài, như trước kia ở khu vườn xinh đẹp".

HẠT XANH

"Thiên Chúa ban Chúa Thánh Thần cho họ và tạo nên một con người mới, như khởi đầu Ngài đã tạo nên mọi loài mọi vật trên thế giới".

HẠT VÀNG

"Cuối cùng, một ngày nào đó tất cả những ai tin vào Chúa Giê-su sẽ được sống cuộc sống vĩnh hằng với Ngài. Họ sẽ chung sống với các tín hữu khác trong một thành phố bằng vàng".

Tôi thích chiếc vòng này vì nó cho biết tôi đang ở đâu và nơi tôi đang đi đến. Vòng tay Tin Mừng cũng nhắc nhở tôi về việc Thiên Chúa đã tha thứ tội lỗi và thay đổi cuộc đời tôi như thế nào.

Bạn đã sẵn sàng để trở về Gia Đình Thiên Chúa? Hãy cùng cầu nguyện, nói với Ngài bạn tin rằng Ngài đã tạo nên một thế giới hoàn hảo và sai con Ngài đến chuộc tội cho bạn. Hãy ăn năn hối lỗi, cầu xin sự tha thứ, và Thiên Chúa sẽ lại đón nhận bạn trở về nhà Ngài.

- Hãy bỏ chút thời gian để đảm bảo rằng toàn bộ các lãnh đạo trong buổi học đều là tín hữu. Sau khi đã giải thích ý nghĩa chiếc vòng Tin Mừng xong, hỏi xem liệu có ai đã sẵn sàng để trở về Gia Đình Thiên Chúa.

Tại Sao Chúng Ta Cần Sự Giúp Đỡ Của Chúa Giê-Su?

1. Không ai có đủ trí khôn để trở về với Thiên Chúa.

   –I-SAI-A 55:9–
   TRỜI CAO HƠN ĐẤT CHỪNG NÀO THÌ ĐƯỜNG LỐI CỦA TA CŨNG CAO HƠN ĐƯỜNG LỐI CÁC NGƯƠI, VÀ TƯ TƯỞNG CỦA TA CŨNG CAO HƠN TƯ TƯỞNG CÁC NGƯƠI CHỪNG ẤY.

   "Một số người có nhiều ý nghĩ về sự hiện diện của Thiên Chúa. Họ thêu dệt nên những mớ lý thuyết công phu để giải thích Chúa Giê-su không hẳn là con đường duy nhất để về với Thiên Chúa như thế nào. Tuy nhiên, những suy nghĩ của Thiên Chúa làm cho đầu óc con người trở nên bé nhỏ. Khi Ngài nói chỉ duy nhất Chúa Giê-su là con đường, sự thật, sự sống, bạn sẽ tin ai?"

   ✋ Không ai có đủ trí khôn
   Đặt 2 ngón tay trỏ bên cạnh đầu bạn và lắc đầu biểu thị "không".

2. Không ai đủ hào phóng để trở về với Thiên Chúa.

   –I-SAI-A 64:5–
   TẤT CẢ CHÚNG CON ĐÃ TRỞ NÊN NHƯ NGƯỜI NHIỄM UẾ, MỌI VIỆC LÀNH CỦA CHÚNG CON KHÁC NÀO CHIẾC ÁO DƠ. TẤT CẢ CHÚNG CON HÉO TÀN NHƯ LÁ ÚA, VÀ TỘI ÁC CHÚNG CON ĐÃ PHẠM, TỰA CƠN GIÓ, CUỐN CHÚNG CON ĐI.

   "Một số người tin rằng họ có thể được sống vĩnh viễn bằng cách ban phát tiền bạc cho người nghèo. Họ cho rằng Thiên

Chúa sẽ thấy những việc lành của họ và cho phép họ vào thiên đàng. Tuy nhiên, những việc lành nhất của chúng ta cũng chỉ như những chiếc áo rách rưới bẩn thỉu khi so với những gì mà Thiên Chúa đã làm. Ngài sai con Ngài đến chết trên thập tự để đền tội thay cho chúng ta. Thiên Chúa chỉ chấp nhận duy nhất một việc lành này để cứu rỗi linh hồn của chúng ta".

✋ Không đủ hào phóng
   Vờ như lấy nhiều tiền từ túi áo hoặc ví và lắc đầu "không".

3. Không ai có đủ sức mạnh để trở về với Thiên Chúa.

–THƯ GỬI TÍN HỮU RÔ-MA 7:18–
TÔI BIẾT RẰNG SỰ THIỆN KHÔNG Ở TRONG TÔI, NGHĨA LÀ TRONG XÁC THỊT TÔI. THẬT VẬY, MUỐN SỰ THIỆN THÌ TÔI CÓ THỂ MUỐN, NHƯNG LÀM THÌ KHÔNG.

"Một số người khác lại cho rằng con đường đến với Thiên Chúa là sự giữ giới. Họ thực hành thiền định, tuyệt thực, và chối bỏ thế giới. Họ tin rằng một người được cứu rỗi bằng cách điều khiển ham muốn bản thân. Người đó phải dựa vào chính sức mạnh của mình. Một người đang chìm không thể nào có sức mạnh để tự cứu mình. Anh ta phải nhận sự giúp đỡ. Chỉ có duy nhất Chúa Giê-su mới có đủ sức mạnh để sống một cuộc sống thánh thiện. Chúng ta trở về với Thiên Chúa bằng cách trông cậy vào sức mạnh của Chúa Giê-su chứ không phải nỗ lực của bản thân".

✋ Không ai có đủ sức mạnh
   Đưa hai tay vào tư thế như "người đàn ông mạnh mẽ" và lắc đầu "không".

4. Không ai đủ lòng lành để trở về với Thiên Chúa.

–THƯ GỬI TÍN HỮU RÔ-MA 3:23–
THẬT VẬY, MỌI NGƯỜI ĐÃ PHẠM TỘI VÀ BỊ TƯỚC MẤT VINH QUANG THIÊN CHÚA.

"Số còn lại tin rằng họ có thể tìm về với Chúa vì những việc lành cân nặng hơn những việc xấu của họ. Họ chắc chắn rằng mình đã thực hiện những việc lành nhiều hơn và giành được tình cảm của Thiên Chúa. Họ biện minh cho bản thân, nói rằng "Tôi chưa bao giờ làm việc gì xấu như người kia". Tuy nhiên, Thiên Chúa sẽ phán xét tất cả chúng ta bằng cách so sánh với cuộc sống thánh thiện của Chúa Giê-su Con Ngài. Khi so sánh với Chúa Giê-su, tất cả chúng ta đều chẳng là gì cả. Chỉ có sự hy sinh của Người mới đủ cao cả để được Thiên Chúa chấp nhận. Chỉ có Chúa Giê-su mới có đủ lòng lành để mang chúng ta về Gia Đình Thiên Chúa. Chúng ta phải trông cậy lòng lành của Người chứ không phải của bản thân chúng ta".

🖐 Không ai đủ lòng lành
    Đưa hai tay ra như thể hai đĩa cân, di chuyển hai tay lên xuống và lắc đầu "không".

Câu Kinh Thánh Ghi Nhớ

–GIO-AN 14:6–
ĐỨC GIÊ-SU ĐÁP: "CHÍNH THẦY LÀ CON ĐƯỜNG, LÀ SỰ THẬT VÀ LÀ SỰ SỐNG. KHÔNG AI ĐẾN VỚI CHÚA CHA MÀ KHÔNG QUA THẦY".

- Mọi người cùng đứng lên và đọc câu Kinh Thánh ghi nhớ mười lần. Sáu lần đầu tiên, học viên có thể tra Kinh

Thánh hay tập của mình. Bốn lần sau, học viên tự đọc bằng trí nhớ của mình. Học viên nên đọc vị trí trước rồi mới đến nội dung của câu Kinh Thánh ghi nhớ, và ngồi xuống khi hoàn thành.

- Thực hiện theo quy trình này sẽ giúp đào tạo viên biết được nhóm nào đã thực hiện xong bài học trong giai đoạn "Thực hành".

Thực Hành

- Chia các lãnh đạo thành từng nhóm bốn người.

"Giờ đây chúng ta sẽ áp dụng quy trình đào tạo giống như Chúa Giê-su đã áp dụng để thực hành những gì được học từ bài học lãnh đạo này."

- Dẫn dắt các lãnh đạo xuyên suốt quy trình đào tạo từng bước một, cho họ 7-8 phút để thảo luận từng giai đoạn sau.

Tiến Triển

"Hãy chia sẻ một lời chứng ngắn với nhóm của bạn về một ai đó gần đây đã thành môn đệ Chúa Ki-tô".

Vấn Đề

"Hãy chia sẻ với nhóm bạn điều gì khiến việc loan báo Tin Mừng trở nên khó khăn đối với bạn".

KẾ HOẠCH

"Hãy chia sẻ tên năm người mà bạn sẽ loan báo Tin Mừng cho họ trong vòng 30 ngày tới".

- Mọi người nên ghi lại kế hoạch của các cộng sự của mình để sau này có thể cầu nguyện cho họ.

THỰC HÀNH

- Dùng "vòng tay Tin Mừng" làm hướng dẫn, mỗi lãnh đạo nên lần lượt loan báo Tin Mừng với nhóm nhỏ của họ.
- Mọi người đứng dậy và cùng nhau đọc câu Kinh Thánh ghi nhớ mười lần.

CẦU NGUYỆN

"Hãy dành thời gian để cầu nguyện cho danh sách những người trong nhóm bạn cần trở về Gia Đình Thiên Chúa".

KẾT THÚC

Sức Mạnh Của Việc Đào Tạo Đào Tạo Viên

Lập nên bảng sau trên bảng hay một tờ giấy khổ lớn trước buổi học. Nghiên cứu các số liệu thống kê trước buổi học, nhưng hãy để cho các lãnh đạo đưa ra ước lượng của mình. Tranh luận này có thể thúc đẩy những cuộc thảo luận tích cực về con số chính xác và làm cho các con số trở nên "thật" hơn đối với các học viên.

Tổng Dân số		Thành Lập Hội Thánh Mới	
Tổng Số Người Chưa Tin		Quy Mô Trung Bình Của Hội Thánh	
Tổng số Tín Hữu		Tổng Số Hội Thánh	
2% Mục Tiêu Đạt Được		Số Hội Thánh Mục Tiêu	

"Tôi muốn cho các bạn thấy tạo sao cây đào tạo lại quan trọng. Giờ hãy cùng nhau điền vào bảng".

[Các số liệu được trích dẫn dưới đây về một nhóm người chỉ mang tính minh họa. Nếu các lãnh đạo đều thuộc một nhóm người, hãy dùng số liệu thống kê về nhóm người của họ. Nếu họ thuộc nhiều nhóm người, hãy sử dụng các số liệu thuộc tỉnh, thành phố hay cả nước]

Tổng Dân số	2,000,000	Thành Lập Hội Thánh Mới	10
Tổng Số Người Chưa Tin	1,995,000	Quy Mô Trung Bình Của Hội Thánh	50
Tổng số Tín Hữu	5,000	Tổng Số Hội Thánh	100
2% Mục Tiêu Đạt Được	40,000	Số Hội Thánh Mục Tiêu	800

"Nhóm của chúng ta có tổng dân số là 2.000.000 người. Chúng tôi dự đoán có 5.000 tín hữu, có nghĩa là 1.995.000 người còn lại không theo Chúa Giê-su. Mục tiêu là đạt ít nhất 2% tổng dân số vì Chúa Giê-su. Nghĩa là 40.000 người. Chúng ta vẫn còn một chặng đường dài để đi!

Trung bình, cứ mỗi mười năm một Hội Thánh hiện có sẽ thành lập một Hội Thánh mới. Quy mô trung bình của Hội Thánh trên toàn thế giới là 50 người, vậy nên ước lượng có khoảng 100 Hội Thánh trong nhóm người của chúng ta

(5000/50). Mục tiêu là đạt đến 40.000, nên chúng ta cần thành lập thêm 700 Hội Thánh nữa. Các số liệu này chỉ gần đúng, nhưng vẫn giúp hình dung ra được một bức tranh về những gì đang diễn ra trong nhóm người của chúng ta.

Trung bình phải trải qua mười năm, một Hội Thánh truyền thống mới thành lập được một Hội Thánh mới, vậy nên trong mười năm chúng ta nhân đôi lượng Hội Thánh lên. Mục tiêu là 800 Hội Thánh (40.000/50). Một số Hội Thánh sẽ trở nên lớn hơn 50 người tham dự. Một số lại có quy mô nhỏ đi, nên đây là một ước lượng chấp nhận được. Giờ hãy so sánh hai phương pháp khác nhau để đạt được mục tiêu của chúng ta".

Thành Lập Hội Thánh Truyền Thống	Năm	Đào Tạo Lãnh Đạo	Năm
100		5,000	
200	10	10,000	1
400	20	20,000	2
800	30	40,000	3

"Như các bạn thấy, nếu tập trung vào việc đào tạo lãnh đạo để thành lập các nhóm, chúng ta có thể đạt mục tiêu này trong ba năm. Hiện nay chúng ta có 5.000 tín hữu. Nếu mỗi người đều loan báo Tin Mừng, dẫn dắt một người đến với Chúa Giê-su, đào tạo họ thành các lãnh đạo trong một nhóm, và giảng dạy cho họ phương pháp để thực hiện điều tương tự, hãy nhân đôi sau từng năm và chúng ta sẽ có 40.000 tín hữu chỉ sau ba năm.

Nếu cứ trông cậy vào việc thành lập các Hội Thánh theo phương pháp truyền thống, chúng ta sẽ đạt được mục tiêu trong 30 năm. Hiện tại chúng ta có 100 Hội Thánh và nếu *nhân đôi mỗi mười năm, chúng ta sẽ có 800 Hội Thánh trong vòng 30 năm.*

Có khác biệt rất lớn giữa ba năm và ba mươi năm!

Các Hội Thánh thường gặp một vấn đề là họ không dùng phương pháp để đào tạo con người thành các lãnh đạo. Vì thế, rất ít lãnh đạo có mặt để giúp đỡ thành lập các Hội Thánh mới hay các nhóm mới. Khi chúng ta đào tạo giống như Chúa Giê-su, vấn đề này sẽ được giải quyết một cách đơn giản mà lại có hiệu quả mạnh mẽ".

My Jesus Plan Kế Hoạch Chúa Giê-su Của Tôi

- Đề nghị các lãnh đạo lật ra đằng sau hướng dẫn tham dự của họ để thấy trang "Kế Hoạch Chúa Giê-Su". Thông báo rằng các lãnh đạo sẽ chia sẻ Kế Hoạch Chúa Giê-su của họ cho cả lớp vào cuối khóa học. Sau đó, các lãnh đạo sẽ cầu xin ơn chúc lành của Thiên Chúa cho gia đình, sứ vụ và kế hoạch của họ.

"Bạn sẽ thấy trong mũi tên một chỗ để điền vào thông tin về nhân khẩu của nhóm mục tiêu mà bạn nhắm tới. Hãy bỏ chút thời gian để cầu nguyện và cố gắng hết sức để điền vào. Sau này bạn vẫn luôn có thể thay đổi nếu nhận được thông tin tốt hơn".

7

Đào Tạo Môn Đệ

Một người lãnh đạo giỏi luôn có những kế hoạch tốt. Chúa Giê-su trao cho các môn đệ một kế hoạch đơn giản mà hiệu quả mạnh mẽ cho sứ vụ của họ trong Tin Mừng theo Thánh Lu-ca chương 10: chuẩn bị tâm hồn, tìm người đáng hưởng bình an, loan báo Tin Mừng, và đánh giá kết quả. Chúa Giê-su cũng đã trao cho chúng ta một kế hoạch đúng đắn để đi theo.

Dù chúng ta khởi đầu sứ vụ ở trong một Hội Thánh đã có từ lâu hay chỉ mới được thành lập, hay một chi nhóm, các bước trong Kế Hoạch Chúa Giê-Su sẽ giúp chúng ta tránh những lỗi lầm không đáng có. Bài học này giảng dạy cho các lãnh đạo phương pháp huấn luyện lẫn nhau về Kế Hoạch Chúa Giê-Su của từng người. Họ cũng sẽ bắt đầu làm việc chuẩn bị thuyết trình Kế Hoạch Chúa Giê-Su của từng cá nhân cho mọi người.

Ca Tụng

- Cùng hát hai bài ca thờ phượng. Đề nghị một lãnh đạo cầu nguyện cho giai đoạn này.

Tiến Triển

- Nhờ một lãnh đạo khác trong khóa học chia sẻ một lời chứng ngắn (ba phút) về cách thức mà Thiên Chúa đang chúc lành cho nhóm của họ. Sau khi người lãnh đạo đó hoàn tất, yêu cầu cả lớp cầu nguyện cho anh/ cô ta.
- Ngoài ra, bạn có thể làm mẫu một giai đoạn huấn luyện cùng một lãnh đạo, áp dụng quy trình đào tạo lãnh đạo "Tiến triển, Vấn đề, Kế hoạch, Thực hành, Cầu nguyện".

Vấn Đề

"Nếu không lên kế hoạch trước, chúng ta sẽ chuốc lấy thất bại. Xây dựng một chiến lược đơn giản mà hiệu quả có thể khó khăn. Nhiều lãnh đạo dành hầu hết thời gian của mình để giải quyết các vấn đề hơn là tiếp tục đi theo một con đường sáng sủa đến tương lai.

Kế Hoạch

"Chúa Giê-su đã đến để tìm kiếm và cứu rỗi những linh hồn hư mất. Theo Ngài, chúng ta sẽ thực hiện tương tự. Ngài đã trao cho các môn đệ một kế hoạch rõ ràng để chúng ta có thể áp dụng cho sứ vụ của mình".

Ôn tập

Lời chào mừng

Ai xây dựng Hội Thánh?
Tại sao điều đó lại quan trọng?
Chúa Giê-Su xây dựng Hội Thánh của Người như thế nào?
Lớn mạnh trong Chúa 🖐
Loan báo Tin Mừng 🖐
Đào tạo môn đệ 🖐
Thành lập các nhóm và các Hội Thánh 🖐
Phát triển lãnh đạo 🖐

–Thư thứ nhất gửi tín hữu Cô-rin-tô 11:1–Anh em hãy bắt chước tôi, như tôi bắt chước Đức Ki-tô.

Đào Tạo Như Chúa Giê-su

Chúa Giê-Su đã đào tạo các lãnh đạo như thế nào?
Tiến triển 🖐
Vấn đề 🖐
Kế hoạch 🖐
Thực hành 🖐
Cầu nguyện 🖐

–Lu-ca 6:40–Môn đồ không hơn thầy, nhưng người nào được huấn luyện đầy đủ thì cũng có thể được như thầy. (Bản dịch 2011)

Dẫn Dắt Như Chúa Giê-su

Chúa Giê-su đã nói ai là người lãnh đạo vĩ đại nhất? 🖐
Bảy đặc điểm của một người lãnh đạo vĩ đại?
1. Lãnh đạo vĩ đại yêu mến con người 🖐
2. Lãnh đạo vĩ đại biết rõ nhiệm vụ của mình 🖐
3. Lãnh đạo vĩ đại phục vụ cho môn đệ của mình 🖐
4. Lãnh đạo vĩ đại ân cần chỉ bảo người phạm lỗi 🖐
5. Lãnh đạo vĩ đại nắm rõ vấn đề hiện tại của nhóm 🖐

6. Lãnh đạo vĩ đại là tấm gương sáng để noi theo
7. Lãnh đạo vĩ đại biết rằng họ được chúc lành

> –Gio-an 13:14-15–*Vậy, nếu Thầy là Chúa, là Thầy, mà còn rửa chân cho anh em, thì anh em cũng phải rửa chân cho nhau. Thầy đã nêu gương cho anh em, để anh em cũng làm như Thầy đã làm cho anh em.*

Lớn Mạnh

Thiên Chúa đã trao cho bạn tính cách nào?

Người lính
Người tìm kiếm
Mục tử
Người gieo hạt
Con trai/Con gái
Vị thánh
Người phục vụ
Người quản lý

Thiên Chúa yêu kiểu tính cách nào nhất?
Kiểu tính cách nào tạo nên người lãnh đạo tốt nhất?

> –Thư gửi tín hữu Rô-ma 12:4-5–*Cũng như trong một thân thể, chúng ta có nhiều bộ phận, mà các bộ phận có cùng một chức năng; thì chúng ta cũng vậy: tuy nhiều nhưng chỉ là một phần thân thể trong Đức Ki-tô, ai nấy liên đới với nhau như những bộ phận của một thân thể.*

Cùng Nhau Mạnh Mẽ Hơn

Tại sao lại có tám kiểu người trên thế giới?
Chúa Giê-su là ai?

Người lính
Người tìm kiếm
Mục tử
Người gieo hạt

Con trai/ Con gái 🖐
Vị cứu chuộc/ Vị thánh 🖐
Người tôi tớ 🖐
Người quản lý 🖐
Ba lựa chọn chúng ta có khi xảy ra xung đột?
Chạy trốn 🖐
Chiến đấu chống lại nhau 🖐
Tìm kiếm giải pháp theo Thần Khí Chúa để làm việc cùng nhau 🖐

—Thư gửi tín hữu Ga-lát 2:20–Tôi sống, nhưng không còn là tôi, mà là Đức Ki-tô sống trong tôi. Hiện nay tôi sống trong xác phàm, là sống trong niềm tin vào con Thiên Chúa, Đấng đã yêu mến tôi và hiến mạng vì tôi.

Loan báo Tin Mừng
Tôi làm thế nào để loan báo Tin Mừng Đơn Giản?
Hạt vàng
Hạt xanh lam
Hạt xanh lục
Hạt đen
Hạt trắng
Hạt đỏ
Tại sao chúng ta cần sự giúp đỡ của Chúa Giê-Su?
Không ai có đủ trí khôn để trở về với Thiên Chúa 🖐
Không ai đủ hào phóng để trở về với Thiên Chúa 🖐
Không ai có đủ sức mạnh để trở về với Thiên Chúa 🖐
Không ai đủ lòng lành để trở về với Thiên Chúa 🖐

—Gio-an 14:6–Đức Giê-su đáp: "Chính Thầy là con đường, là sự thật và là sự sống. Không ai đến với Chúa Cha mà không qua Thầy".

Bước Đầu Tiên Trong Kế Hoạch Chúa Giê-Su Là Gì?

–LU-CA 10:1-4–

¹SAU ĐÓ, CHÚA CHỈ ĐỊNH BẢY MƯƠI HAI NGƯỜI KHÁC, VÀ SAI CÁC ÔNG CỨ TỪNG HAI NGƯỜI MỘT ĐI TRƯỚC, VÀO TẤT CẢ CÁC THÀNH, CÁC NƠI MÀ CHÍNH NGƯỜI SẼ ĐẾN.
²NGƯỜI BẢO CÁC ÔNG:»LÚA CHÍN ĐẦY ĐỒNG MÀ THỢ GẶT LẠI ÍT. VẬY ANH EM HÃY XIN CHỦ MÙA GẶT SAI THỢ RA GẶT LÚA VỀ.
³ANH EM HÃY RA ĐI. NÀY THẦY SAI ANH EM ĐI NHƯ CHIÊN CON ĐI VÀO GIỮA BẦY SÓI.
⁴ĐỪNG MANG THEO TÚI TIỀN, BAO BỊ, GIÀY DÉP. CŨNG ĐỪNG CHÀO HỎI AI DỌC ĐƯỜNG.

1. Chuẩn Bị Tâm Hồn (1-4)

Đi Theo Từng Cặp (1)

"Trong câu một, Chúa Giê-su bảo hãy cứ hai người một mà đi: có nghĩa là hai người đàn ông hoặc hai người phụ nữ. Nếu không có người cộng sự, bạn sẽ lẻ loi. Một nhân một nhân một vẫn là một. Tuy nhiên, hai nhân hai nhân hai thì bằng tám. Tiềm năng để sinh sôi nảy nở tăng lên theo người cộng sự.

Những giai đoạn khó khăn làm nản chí con người, đặc biệt là khi họ làm việc một mình. Trong toàn bộ Kinh Thánh, các lãnh đạo tâm linh đã làm việc cùng với các cộng sự và Chúa Giê-su đã xác nhận một lần nữa về thực tế này trong Kế Hoạch của Ngài".

- Giảng dạy nguyên tắc này bằng cách thực hiện trò chơi sinh hoạt sau:

✺ Hãy dựa vào tôi ✺

"Điều gì sẽ xảy ra nếu bạn đi đến một nơi nào đó để truyền giáo một mình và gặp tai nạn?"

- o Đi vòng quanh phòng như thể bạn đang đi đến khu truyền giáo của mình. Nói với mọi người rằng bạn gặp tai nạn và bị gãy chân. Đi khập khiễng quanh phòng trong khi đang truyền giáo cho mọi người. Sau đó hãy nói rằng bạn vừa bị sét đánh. Tiếp tục cố gắng truyền giáo, nhưng bây giờ cổ bạn bị co giật.

"Sẽ khác biệt thế nào khi có một cộng sự bên cạnh tôi?"

- o Lặp lại cùng kịch bản nhưng có thêm một cộng sự bên bạn lần này. Người cộng sự giúp băng bó vết thương và chăm sóc cho bạn sau khi gặp tai nạn. Người cộng sự cảnh báo bạn tránh trời mưa khi bạn có một cây gậy sắt trong tay.

"Chúa Giê-su thật khôn ngoan khi Ngài bảo chúng ta hãy đi hai người. Ngài biết rằng khó khăn sẽ đến, và chúng ta cần ai đó để được giúp đỡ".

- ✋ Dùng ngón trỏ và ngón giữa ở cả hai tay để "đi" cùng nhau.

"Viết vào trong cột thứ nhất của "Kế Hoạch Chúa Giê-Su của tôi" người mà bạn tin tưởng họ sẽ là cộng sự của bạn".

ĐI ĐẾN NƠI CHÚA GIÊ-SU ĐANG LÀM VIỆC (1)

"Vì theo Chúa Giê-su, chúng ta không tự mình làm bất cứ việc gì, mà hãy tìm kiếm nơi Chúa Giê-su đang làm việc và tham gia vào với Người. Tìm kiếm nơi Chúa Giê-su muốn chúng ta đi đến thường không dễ dàng. Tuy nhiên, Tin Mừng cho biết Người yêu chúng ta và sẽ cho chúng ta thấy".

- Ôn tập lại các ký hiệu tay từ bài học "Ra Đi" trong khóa học đầu tiên về môn đệ.

"Tôi không thể tự ý mình làm gì".

🖐 Đặt tay lên ngực và lắc đầu biểu thị "không".

"Tôi tìm kiếm nơi Thiên Chúa đang làm việc".

🖐 Đặt tay lên trên đôi mắt, quay từ trái sang phải như đang tìm kiếm.

"Tôi tham gia vào nơi Thiên Chúa đang làm việc".

🖐 Chỉ tay về nơi trước mặt bạn và gật đầu "vâng".

"Tôi biết Thiên Chúa yêu tôi và sẽ cho tôi thấy."

🖐 Giơ tay lên theo tư thế ca tụng rồi đặt chéo tay trên ngực.

"Viết vào trong cột thứ nhất của "Kế Hoạch Chúa Giê-Su của tôi" nơi Thiên Chúa đang làm việc và nơi mà Ngài đang kêu gọi bạn đi đến".

CẦU NGUYỆN CHO CÁC LÃNH ĐẠO TRONG MÙA GẶT (2)

"Trong câu hai, Chúa Giê-su ra lệnh chúng ta cầu nguyện cho công việc trước khi xuất hành. Chúa Giê-su đã cầu nguyện trước khi thi hành kế hoạch của Người. Chúng ta cũng nên dành nhiều thời gian để cầu nguyện trước khi tiến hành kế hoạch của mình".

"Khi cầu nguyện, chúng ta ca tụng Thiên Chúa cho mọi người trong nhóm mình, cho cách thức mà Ngài đang làm việc, và cho những người mà chúng ta sẽ vươn đến".

✋ Ca tụng
   Giơ tay lên thờ phượng

"Chúng ta ăn năn cho mọi tội lỗi trong đời mình. Chúng ta ăn năn cho bất cứ tội lỗi nào trong cuộc đời những ai đang theo chúng ta. Chúng ta cũng ăn năn cho bất cứ tội lỗi nào của nhóm người mà chúng ta đang vươn đến (ví dụ như: mê tín dị đoan, thờ cúng ngẫu tượng, hay sử dụng bùa hộ mệnh,…)".

✋ Ăn năn
   Đưa lòng bàn tay ra phía ngoài che chắn mặt, đầu quay đi.

"Tiếp theo, hãy cầu xin để được Thiên Chúa ban cho những người lãnh đạo bản xứ nơi mà chúng ta đang đi đến; cầu xin Ngài làm cho chúng ta trở nên những lãnh đạo theo Chúa Giê-su, để khi người ta theo chúng ta cũng là theo Chúa Giê-su".

✋ Cầu xin
   Khum tay lại để nhận lấy.

"Cuối cùng, hãy khiêm nhường trước những gì Thiên Chúa muốn chúng ta thực hiện".

🖐 **Khiêm nhường**
   Nắm tay lại trong tư thế cầu nguyện và đưa lên trán để tượng trưng cho sự kính trọng.

"Viết vào trong cột thứ nhất của "Kế Hoạch Chúa Giê-Su của tôi" tên của các lãnh đạo tiềm năng ở nơi mà bạn đang đi đến để cầu nguyện cho họ.

RA ĐI TRONG KHIÊM NHƯỜNG (3)

"Ở câu ba, Chúa Giê-su đã nói rằng Ngài sai chúng ta đi như chiên con đi giữa bầy sói, nên chúng ta đi một cách khiêm nhường. Người ta sẽ lắng nghe thông điệp từ một trái tim khiêm nhường. Họ sẽ không lắng nghe nếu họ cho rằng chúng ta phô trương hay kiêu ngạo".

- Giảng dạy nguyên tắc này bằng cách thực hiện trò chơi sinh hoạt sau:

✥ Người lãnh đạo lớn ✥

"Bạn cho rằng dân làng sẽ nghĩ gì nếu tôi đến với làng của họ như thế này...?"

- Đi vòng quanh và ưỡn ngực mà nói "Tôi là người lãnh đạo lớn, các người phải lắng nghe tôi nói!" Diễn sao để mọi người biết rằng bạn nghĩ mình là người tài giỏi, tuyệt vời nhất.

"Chúa Giê-su thật khôn ngoan khi Người bảo hãy ra đi trong khiêm nhường. Con người dễ tiếp nhận khi người truyền tin khiêm nhường và có tấm lòng giúp đỡ mọi người. Không ai thích giống kẻ hống hách".

🖐 Ra đi trong khiêm nhường
    Đặt hai tay trong tư thế cầu nguyện và cúi chào.

"Viết vào trong cột thứ nhất của "Kế Hoạch Chúa Giê-Su của tôi" câu trả lời cho câu hỏi sau: Đối với bạn, "Ra đi trong khiêm nhường" nghĩa là gì?

TRÔNG CẬY VÀO THIÊN CHÚA, CHỨ KHÔNG PHẢI TIỀN BẠC (4)

"Trong Kế Hoạch Chúa Giê-Su, Chúa Giê-su trao cho chúng ta các nguyên tắc rõ ràng để đi theo khi bắt đầu một sứ vụ hay công tác truyền giáo. Trong suốt lịch sử của Ki-tô hữu, các lãnh đạo đã phạm nhiều lỗi trong sứ vụ của họ vì đã bỏ qua một trong các nguyên tắc này. Chúa Giê-su nói với chúng ta rằng sứ vụ hay công tác truyền giáo của mỗi người đều phải trông cậy vào Thiên Chúa chứ không phải tiền bạc. Chúng ta chỉ có thể phụng sự cho Thiên Chúa hoặc tiền bạc, không thể là cả hai. Hãy đảm bảo rằng mọi thứ ta làm đều trông cậy vào Ngài.

- Giảng dạy nguyên tắc này bằng cách thực hiện trò chơi sinh hoạt sau:

☙ Tiền bạc giống như mật ngọt ☙

"Bạn cho rằng dân làng sẽ nghĩ gì nếu tôi đến với làng của họ như thế này...?"

- Mang một cái túi xách và làm như bạn vừa bước vào một ngôi làng. Tiến đến một lãnh đạo và nói: "Chúng tôi đang xây dựng một nhà thờ mới ở đây. Chúng tôi có rất nhiều tiền. Hãy đến và xem chúng tôi có thể làm gì cho bạn!" Lập lại câu nói cho nhiều lãnh đạo trong lớp.

"Chúa Giê-su thật khôn ngoan khi Người bảo đừng tin vào tiền bạc. Trong công tác truyền giáo, con người nên đến với Chúa Giê-su vì Người là Con Thiên Chúa và là Vị Cứu Chuộc cho nhân loại, chứ không phải lời hứa về tiền bạc và sự giúp đỡ. Tiền bạc cũng giống như mật ngọt chỉ thu hút rắc rối nếu chúng ta trông cậy vào nó chứ không phải Thiên Chúa".

> ✋ Trông cậy vào Thiên Chúa, không phải tiền bạc
> Vờ như lấy tiền từ túi áo, lắc đầu "không", rồi chỉ tay về phía thiên đàng và gật đầu "vâng".

"Viết vào trong cột thứ nhất của "Kế Hoạch Chúa Giê-Su của tôi" cần quyên góp bao nhiêu tiền cho sứ vụ mới hay công tác truyền giáo mới của bạn trong năm đầu.

ĐI THẲNG ĐẾN NƠI THIÊN CHÚA ĐANG KÊU GỌI (4)

"Trong câu bốn, Chúa Giê-su ra lệnh đừng chào hỏi ai dọc đường. Người không ra lệnh chúng ta trở nên bất lịch sự, mà là hãy tập trung vào nhiệm vụ Người đã trao. Hầu hết chúng ta dễ dàng đi lệch hướng bởi làm những việc tốt, hơn là làm những việc tốt nhất".

- Giảng dạy nguyên tắc này bằng cách thực hiện trò chơi sinh hoạt sau:

ೊ Quá xao lãng ೊ

"Bạn cho rằng dân làng sẽ nghĩ gì nếu tôi đến với làng của họ như thế này...?"

- Nói với mọi người rằng người trợ giảng sẽ trình diễn cho nguyên tắc này. Chỉ tay vào một nhóm ở đầu kia của căn phòng và nói:

"Một nhóm người đã yêu cầu sự giúp đỡ của bạn tôi. Hãy xem điều gì sẽ xảy ra".

- Người trợ giảng vừa thực hiện vừa giải thích những gì mình đang làm. Anh ta cất bước về phía nhóm người đang cần sự giúp đỡ, nhưng nhớ ra mình nên tạm biệt bạn bè. anh ta ngồi xuống với bạn bè và tán gẫu một lúc. Sau một vài phút, anh chợt "nhớ" cần phải tiếp tục nhiệm vụ. Anh đứng dậy để đi nhưng lại nhớ rằng mình còn nợ người chị chút tiền, nên anh đi đến nhà cô chị. Cô dùng bữa cùng anh và mời anh nghỉ qua đêm. Lần thứ ba cất bước đi, anh lại có một cái cớ hợp lý về mặt văn hóa. Cuối cùng anh cũng đến nơi, nhưng không ai trong làng chịu lắng nghe anh nữa.

"Chúa Giê-su thật khôn ngoan khi Người bảo chúng ta hãy đi thẳng đến nơi truyền giáo mà Người đã kêu gọi. Những mối quan tâm trên thế gian có thể dễ dàng đánh lạc hướng và làm cho chúng ta lỡ những việc Thiên Chúa đang làm ở nơi truyền giáo".

✋ Úp hai bàn tay vào nhau và đưa thẳng ra phía trước.

"Trong tập của bạn, hãy viết vào cột thứ nhất của "Kế Hoạch Chúa Giê-Su của tôi" danh sách những gì có khả năng gây xao lãng mà bạn có thể gặp phải.

Câu Kinh Thánh ghi nhớ

–LU-CA 10:2–
NGƯỜI BẢO CÁC ÔNG: "LÚA CHÍN ĐẦY ĐỒNG MÀ THỢ GẶT LẠI ÍT. VẬY ANH EM HÃY XIN CHỦ MÙA GẶT SAI THỢ RA GẶT LÚA VỀ".

- Mọi người cùng đứng lên và đọc câu Kinh Thánh ghi nhớ mười lần. Sáu lần đầu tiên, học viên có thể tra Kinh Thánh hay tập của mình. Bốn lần sau, học viên tự đọc bằng trí nhớ của mình. Học viên nên đọc vị trí trước rồi mới đến nội dung của câu Kinh Thánh ghi nhớ, và ngồi xuống khi hoàn thành.
- Thực hiện theo quy trình này sẽ giúp đào tạo viên biết được nhóm nào đã thực hiện xong bài học trong giai đoạn "Thực hành".

Thực Hành

- Chia các lãnh đạo thành từng nhóm bốn người. Yêu cầu họ áp dụng quy trình đào tạo cùng với bài học lãnh đạo này và trả lời các câu hỏi sau:
- Dẫn dắt các lãnh đạo xuyên suốt quy trình đào tạo từng bước một, cho họ 7-8 phút để thảo luận từng giai đoạn sau.

Tiến Triển

"Các bạn thấy phần nào của bước này là dễ nhất để cho nhóm mình vâng theo?"

Vấn Đề

"Các bạn thấy phần nào của bước này là khó nhất để cho nhóm mình vâng theo?"

Kế Hoạch

"Một công việc mà bạn sẽ tiến hành cho nhóm mình trong 30 ngày tới để vâng theo bước này của Kế Hoạch Chúa Giê-Su là gì?"

- Mọi người nên ghi lại kế hoạch của các cộng sự của mình để sau này có thể cầu nguyện cho họ.

THỰC HÀNH

"Một công việc mà bạn sẽ cải thiện cho nhóm mình trong 30 ngày tới để vâng theo bước này của Kế Hoạch Chúa Giê-Su là gì?"

- Mọi người nên ghi lại thông tin của các cộng sự của mình để sau này có thể cầu nguyện cho họ.
- Sau khi đã chia sẻ kĩ năng mà họ sẽ thực hành, mọi người đứng dậy và cùng nhau đọc câu Kinh Thánh ghi nhớ mười lần.

CẦU NGUYỆN

- Hãy dành thời gian để cầu nguyện cho kế hoạch của mỗi người.

KẾT THÚC

Kế Hoạch Chúa Giê-Su Của Tôi

- Đề nghị các lãnh đạo lật ra đằng sau hướng dẫn tham dự của họ để thấy trang "Kế Hoạch Chúa Giê-Su".

"Hãy sử dụng những ghi chép của các bạn từ buổi học này, điền vào cột thứ nhất của Kế Hoạch Chúa Giê-Su của mỗi người – phương pháp mà bạn sẽ thực hiện công việc của mình. Viết những chi tiết cụ thể về phương pháp mà bạn sẽ theo những nguyên tắc của Chúa Giê-su cho sứ vụ trong Tin Mừng theo Thánh Lu-ca chương 10".

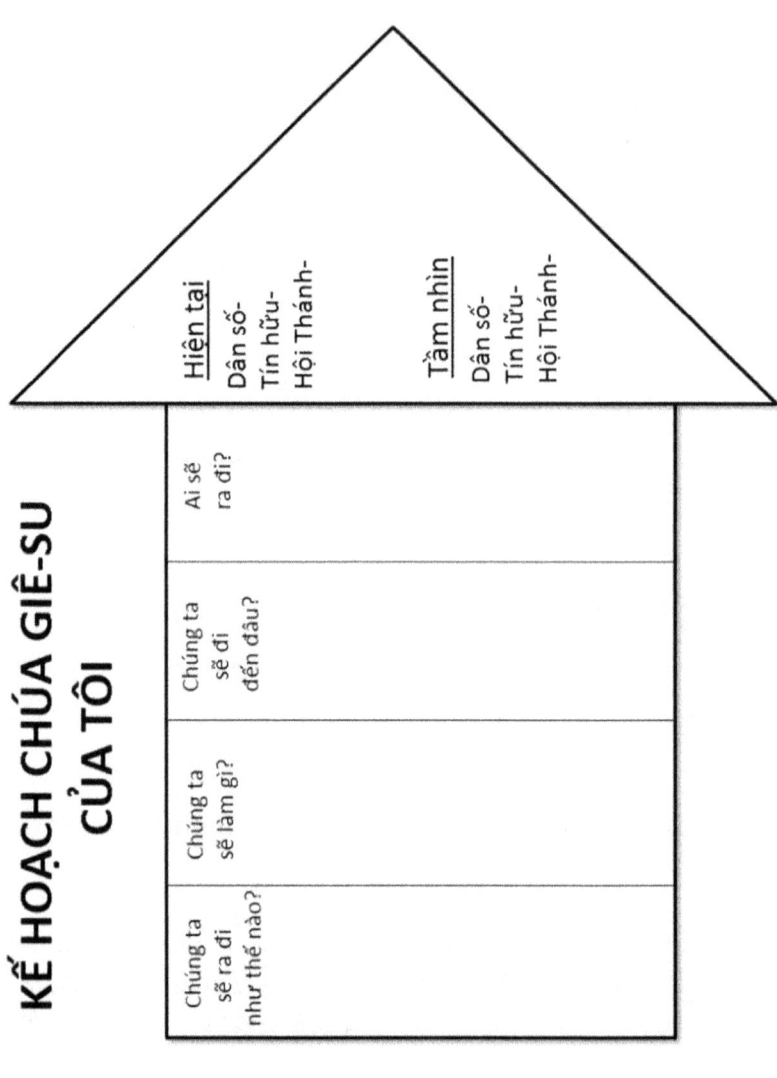

8

Thành Lập Các Nhóm

Lãnh đạo chuẩn bị tâm hồn mình trong Bước 1 của Kế Hoạch Chúa Giê-Su. Bài học "Thành Lập Các Nhóm" bao gồm các bước 2, 3 và 4. Chúng ta có thể tránh nhiều sai lầm trong sứ vụ và công tác truyền giáo bằng cách tuân theo những nguyên tắc của Kế Hoạch Chúa Giê-Su trong Tin Mừng theo Thánh Lu-ca chương 10. Lãnh đạo áp dụng những nguyên tắc này vào cuối buổi học khi điền vào "Kế Hoạch Chúa Giê-Su" của từng người.

Bước 2 là việc phát triển các mối quan hệ. Chúng ta tham gia vào nơi Thiên Chúa đang làm việc, tìm kiếm những người có ảnh hưởng và đáp ứng nhiệt tình với thông điệp. Hãy ăn và uống những gì họ mời để biểu lộ sự thừa nhận. Đừng làm thay đổi tình bằng hữu này, nếu không thông điệp của bí tích giải tội mà chúng ta rao giảng sẽ bị mất tín nhiệm.

Chúng ta loan báo Tin Mừng ở Bước 3. Chúa Giê-su là một vị mục tử. Người mong muốn bảo vệ và lo liệu cho loài người. Ở bước này, đào tạo viên khuyến khích lãnh đạo thực hiện sứ vụ của mình bằng cách tìm kiếm những cách thức để chữa lành. Người ta không quan tâm những gì bạn biết cho đến khi họ biết những gì bạn quan tâm. Việc chữa trị cho người bệnh mở ra cơ hội để loan báo Tin Mừng.

Chúng ta đánh giá kết quả và điều chỉnh trong Bước 4. Mức độ tiếp nhận của người dân như thế nào? Liệu họ có thật lòng quan tâm đến các vấn đề tâm linh hay có lý do khác như đã bị tiền bạc lôi cuốn? Nếu người dân hưởng ứng, chúng ta ở lại và tiếp tục công tác truyền giáo. Nếu không, Chúa Giê-su ra lệnh cho chúng ta rời đi và khởi đầu lại ở một nơi khác.

Ca Tụng

- Cùng hát hai bài ca thờ phượng. Đề nghị một lãnh đạo cầu nguyện cho giai đoạn này.

Tiến Triển

- Nhờ một lãnh đạo khác trong khóa học chia sẻ một lời chứng ngắn (ba phút) về cách thức mà Thiên Chúa đang chúc lành cho nhóm của họ. Sau khi người lãnh đạo đó hoàn tất, yêu cầu cả lớp cầu nguyện cho anh/ cô ta.
- Ngoài ra, bạn có thể làm mẫu một giai đoạn huấn luyện cùng một lãnh đạo, áp dụng quy trình đào tạo lãnh đạo "Tiến triển, Vấn đề, Kế hoạch, Thực hành, Cầu nguyện".

Vấn Đề

"Nhiều lúc các tín hữu có lòng lành và nồng nhiệt trong việc tiếp xúc cộng đồng của mình. Họ không có một kế hoạch đơn giản mà hợp lý để làm theo. Nhiều người thành

lập nhóm bằng phương pháp thử nghiệm, nhưng thật lãng phí thời gian và công sức. Chúa Giê-su trao cho các môn đệ những chỉ dẫn rõ ràng về cách thức thành lập nhóm. Vì tuân theo kế hoạch của Người, chúng ta tham gia vào nơi Người đang làm việc và tránh những lỗi lầm không cần thiết."

Kế Hoạch

"Mục tiêu của bài học này nhằm cho bạn thấy một phương pháp tốt để thành lập một nhóm môn đệ bằng cách tuân theo những chỉ cẫn của Chúa Giê-su. Khởi đầu bằng việc tìm kiếm một người đáng hưởng bình an và đáp ứng những nhu cầu về vật chất lẫn tinh thần của họ. Chúa Giê-su cũng ra lệnh cho chúng ta đánh giá kết quả công việc của mình vào cuối kế hoạch của Ngài.

Ôn tập

Lời chào mừng
   Ai xây dựng Hội Thánh?
   Tại sao điều đó lại quan trọng?
   Chúa Giê-Su xây dựng Hội Thánh của Người như thế nào?
      Lớn mạnh trong Chúa
      Loan báo Tin Mừng
      Đào tạo môn đệ
      Thành lập các nhóm và các Hội Thánh
      Phát triển lãnh đạo

   –Thư thứ nhất gửi tín hữu Cô-rin-tô 11:1–Anh em hãy bắt chước tôi, như tôi bắt chước Đức Ki-tô.

Đào Tạo Như Chúa Giê-su

Chúa Giê-Su đã đào tạo các lãnh đạo như thế nào?
- Tiến triển
- Vấn đề
- Kế hoạch
- Thực hành
- Cầu nguyện

> –Lu-ca 6:40–Môn đồ không hơn thầy, nhưng người nào được huấn luyện đầy đủ thì cũng có thể được như thầy. (Bản dịch 2011)

Dẫn Dắt Như Chúa Giê-su

Chúa Giê-su đã nói ai là người lãnh đạo vĩ đại nhất?
Bảy đặc điểm của một người lãnh đạo vĩ đại?
1. Lãnh đạo vĩ đại yêu mến con người
2. Lãnh đạo vĩ đại biết rõ nhiệm vụ của mình
3. Lãnh đạo vĩ đại phục vụ cho môn đệ của mình
4. Lãnh đạo vĩ đại ân cần chỉ bảo người phạm lỗi
5. Lãnh đạo vĩ đại nắm rõ vấn đề hiện tại của nhóm
6. Lãnh đạo vĩ đại là tấm gương sáng để noi theo
7. Lãnh đạo vĩ đại biết rằng họ được chúc lành

> –Gio-an 13:14-15–Vậy, nếu Thầy là Chúa, là Thầy, mà còn rửa chân cho anh em, thì anh em cũng phải rửa chân cho nhau. Thầy đã nêu gương cho anh em, để anh em cũng làm như Thầy đã làm cho anh em.

Lớn Mạnh

Thiên Chúa đã trao cho bạn tính cách nào?
- Người lính
- Người tìm kiếm
- Mục tử
- Người gieo hạt
- Con trai/Con gái

Vị thánh ✋
Người phục vụ ✋
Người quản lý ✋

Thiên Chúa yêu kiểu tính cách nào nhất?
Kiểu tính cách nào tạo nên người lãnh đạo tốt nhất?

> –Thư gửi tín hữu Rô-ma 12:4-5–Cũng như trong một thân thể, chúng ta có nhiều bộ phận, mà các bộ phận có cùng một chức năng; thì chúng ta cũng vậy: tuy nhiều nhưng chỉ là một phần thân thể trong Đức Ki-tô, ai nấy liên đới với nhau như những bộ phận của một thân thể.

Cùng Nhau Mạnh Mẽ Hơn
Tại sao lại có tám kiểu người trên thế giới?
Chúa Giê-su là ai?
   Người lính ✋
   Người tìm kiếm ✋
   Mục tử ✋
   Người gieo hạt ✋
   Con trai/ Con gái ✋
   Vị cứu chuộc/ Vị thánh ✋
   Người tôi tớ ✋
   Người quản lý ✋
Ba lựa chọn chúng ta có khi xảy ra xung đột?
   Chạy trốn ✋
   Chiến đấu chống lại nhau ✋
   Tìm kiếm giải pháp theo Thần Khí Chúa để làm việc cùng nhau ✋

> –Thư gửi tín hữu Ga-lát 2:20–Tôi sống, nhưng không còn là tôi, mà là Đức Ki-tô sống trong tôi. Hiện nay tôi sống trong xác phàm, là sống trong niềm tin vào con Thiên Chúa, Đấng đã yêu mến tôi và hiến mạng vì tôi.

Loan báo Tin Mừng

Tôi làm thế nào để loan báo Tin Mừng Đơn Giản?

Hạt vàng

Hạt xanh lam

Hạt xanh lục

Hạt đen

Hạt trắng

Hạt đỏ

Tại sao chúng ta cần sự giúp đỡ của Chúa Giê-Su?

Không ai có đủ trí khôn để trở về với Thiên Chúa 🖐

Không ai đủ hào phóng để trở về với Thiên Chúa 🖐

Không ai có đủ sức mạnh để trở về với Thiên Chúa 🖐

Không ai đủ lòng lành để trở về với Thiên Chúa 🖐

–Gio-an 14:6–Đức Giê-su đáp: "Chính Thầy là con đường, là sự thật và là sự sống. Không ai đến với Chúa Cha mà không qua Thầy".

Đào Tạo Môn Đệ

Bước đầu tiên trong Kế Hoạch Của Chúa Giê-Su là gì?

Chuẩn bị tâm hồn 🖐

Đi theo từng cặp 🖐

Đi đến nơi Chúa Giê-Su đang làm việc 🖐

Cầu nguyện cho các lãnh đạo trong mùa gặt 🖐

Ra đi trong khiêm nhường 🖐

Trông cậy vào Thiên Chúa, không phải tiền bạc 🖐

Đi thẳng đến nơi Thiên Chúa đang kêu gọi 🖐

–Lu-ca 10:2–Người bảo các ông: "Lúa chín đầy đồng mà thợ gặt lại ít. Vậy anh em hãy xin chủ mùa gặt sai thợ ra gặt lúa về.

Bước Thứ Hai Trong Kế Hoạch Chúa Giê-Su Là Gì?

–LU-CA 10:5-8–

⁵VÀO BẤT CỨ NHÀ NÀO, TRƯỚC TIÊN HÃY NÓI: "BÌNH AN CHO NHÀ NÀY!" ⁶NẾU Ở ĐÓ, CÓ AI ĐÁNG HƯỞNG BÌNH AN, THÌ BÌNH AN CỦA ANH EM SẼ ĐẾN ĐẬU TRÊN NGƯỜI ẤY; BẰNG KHÔNG, THÌ BÌNH AN ĐÓ SẼ QUAY VỀ VỚI ANH EM. ⁷HÃY Ở LẠI NHÀ ẤY, VÀ NGƯỜI TA CHO ĂN UỐNG THỨC GÌ, THÌ ANH EM DÙNG THỨC ĐÓ, VÌ LÀM THỢ THÌ ĐÁNG ĐƯỢC TRẢ CÔNG. ĐỪNG ĐI HẾT NHÀ NỌ ĐẾN NHÀ KIA. ⁸VÀO BẤT CỨ THÀNH NÀO MÀ ĐƯỢC NGƯỜI TA TIẾP ĐÓN, THÌ CỨ ĂN NHỮNG GÌ NGƯỜI TA DỌN CHO ANH EM.

2. Xây Dựng Tình Bằng Hữu (5-8)

TÌM MỘT NGƯỜI ĐÁNG HƯỞNG BÌNH AN (5,6)

"Trong câu năm và sáu, Chúa Giê-su ra lệnh chúng ta tìm kiếm người đáng hưởng bình an. Họ là người đang tìm kiếm Thiên Chúa ở nơi mà bạn đang đến. Khi bạn nói chuyện với họ về những vấn đề tâm linh, họ biểu lộ sự thích thú và muốn học hỏi nhiều hơn. Thiên Chúa đang làm việc và kêu gọi những người này trở về. Chia sẻ lời chứng thường là một cách tốt để tìm kiếm họ".

- Viết vào cột thứ hai trong Kế Hoạch Chúa Giê-Su của bạn về "Người Đáng Hưởng Bình An" mà bạn nhận thấy trong số những mục tiêu của mình.

  ✋ Người Đáng Hưởng Bình An
  Hai tay nắm lấy nhau như thể bạn bè đang bắt tay nhau.

HÃY ĂN VÀ UỐNG NHỮNG GÌ HỌ MỜI (7,8)

"Bạn có biết tại sao Chúa Giê-su lại bảo hãy ăn những gì người ta mời trong câu bảy? Vì Người muốn chúng ta tôn trọng phong tục tập quán nơi ta đến và xây dựng tình bằng hữu. Cách tốt nhất để thực hiện hai điều này là ăn và uống những gì chủ nhà dọn ra cho bạn trong tình bằng hữu.

Đôi khi, bạn có thể cầu xin ơn Thiên Chúa khi mà một số thức ăn lạ có ảnh hưởng xấu đến dạ dày của bạn. Hãy cầu xin và bạn sẽ nhận được. Nhớ rằng, con người cảm thấy sự thân ái và được thừa nhận khi chúng ta ăn những gì họ ăn và uống những gì họ uống.

- Viết vào cột thứ hai trong Kế Hoạch Chúa Giê-Su của bạn bất cứ thông tin về phong tục tập quán hay thức ăn của nhóm người mục tiêu mà bạn cần phải tôn trọng.

    Ăn và uống
    Làm như đang ăn và uống. Sau đó xoa bụng nếu thức ăn ngon.

ĐỪNG ĐI HẾT NHÀ NỌ ĐẾN NHÀ KIA (7)

"Trong câu bảy, Chúa Giê-su bảo rằng hay ở lại nhà của người mà chúng ta đã có quan hệ. Tình bằng hữu cần thời gian để phát triển. Thỉnh thoảng, mọi mối quan hệ đều gặp phải xung đột và khó khăn. Nếu chỉ mới gặp dấu hiệu của khó khăn đầu tiên mà chúng ta đã bỏ đi, thông điệp của bí tích giải tội mà chúng ta rao giảng sẽ bị mất tín nhiệm."

    Đừng đi hết nhà nọ đến nhà kia
    Dùng hai tay tạo hình dáng của một mái nhà, di chuyển đến nhiều nơi và lắc đầu "không".

- Giảng dạy các nguyên tắc trong bước 2 của Kế Hoạch Chúa Giê-Su bằng cách thực hiện trò chơi sinh hoạt sau:

∽ Cách để chọc giận cả làng ∽

"Bạn cho rằng dân làng sẽ nghĩ gì nếu tôi đến với làng của họ như thế này...?"

- Nói với mọi người rằng bạn và người cộng sự đã theo Kế Hoạch Chúa Giê-Su từ lâu. Cả hai đang đi đến một nơi truyền giáo. Bạn cầu nguyện, ra đi trong khiêm nhường, và không phụ thuộc vào tiền bạc. Thiên Chúa đang làm việc ở ngôi làng mà bạn và người cộng sự đã đi đến. Nói với họ hãy theo dõi những gì sắp sửa xảy ra và cách thức mà dân làng hồi đáp.
- Đề nghị các lãnh đạo tưởng tượng rằng cả lớp là một ngôi làng. Các nhóm người là những ngôi nhà trong làng.
- Đi đến ngôi nhà thứ nhất, chúc lành, ngồi xuống với họ và đồng ý ở lại. Hãy hỏi liệu bạn có thể ăn gì đó không vì hiện nay bạn đang đói khủng khiếp. Sau khi chủ nhà mang thức ăn đến cho bạn, hãy ăn rồi nhăn mặt. Nói với người cộng sự rằng bạn không thể ở lại đây lâu hơn nữa vì thức ăn quá tệ, và bạn nghĩ rằng mình sắp chết đến nơi rồi. Nói lời tạm biệt trong khi xoa bụng như thể bạn đang bị đau.
- Đi đến ngôi nhà thứ hai, chúc lành, ngồi xuống với họ và đồng ý qua đêm. "Vờ" như bạn đi ngủ. Sau một lúc, người cộng sự nói rằng anh ta không thể ở lâu hơn vì người đàn ông trong nhà ngáy quá to. Người cộng sự chẳng thể ngủ được cả đêm. Nói lời tạm biệt trong khi dụi mắt.

- Đi đến ngôi nhà thứ ba, chúc lành, ngồi xuống với họ và ở lại. Ngày kế tiếp, hãy nói với cộng sự của bạn rằng bạn không thể ở lâu hơn vì họ tán gẫu quá nhiều làm đau tai bạn. Hãy tạm biệt và bỏ đi trong khi xoa tai bạn.
- Đi đến căn nhà cuối cùng, chúc lành, ngồi xuống với họ và ở lại một thời gian. Nói với mọi người rằng bạn đã nghe về ngôi nhà này có những cô con gái rất đẹp. Bạn đang cố gắng giúp bạn mình kiếm một người vợ. Khoe khang về những đặc điểm tuyệt vời của người cộng sự cho cả nhà nghe. Hãy nói rằng bạn chắc chắn Thiên Chúa muốn người cộng sự của bạn kết hôn với một trong số những người con gái xinh đẹp của họ.

"Nếu chúng tôi loan báo Tin Mừng cho ngôi làng này, dân làng sẽ nghĩ gì? Họ sẽ nghĩ rằng chúng tôi chẳng tôn trọng họ và chỉ quan tâm đến những gì họ có thể cho chúng tôi. Tuân theo Kế Hoạch Chúa Giê-Su sẽ giúp chúng ta tránh những lỗi lầm này".

- Viết vào cột thứ hai trong Kế Hoạch Chúa Giê-Su của bạn rằng bạn sẽ làm thế nào để để cống hiến cho gia đình nơi bạn đang ở cùng. Một số cách thức cụ thể để bạn trở thành ơn lành cho họ là gì?

Bước Thứ Ba Trong Kế Hoạch Chúa Giê-Su Là Gì?

–LU-CA 10:9–
HÃY CHỮA NHỮNG NGƯỜI ĐAU YẾU TRONG THÀNH, VÀ NÓI VỚI HỌ: "TRIỀU ĐẠI THIÊN CHÚA ĐÃ ĐẾN GẦN CÁC ÔNG".

3. Loan báo Tin Mừng

Chữa lành bệnh tật (9)

"Sứ vụ của Chúa Giê-su bao gồm phụng vụ cả những nhu cầu về vật chất lẫn tinh thần. Chúng ta có thể chữa lành cho một ngôi làng hay một nhóm người bằng nhiều cách, như là xây dựng cộng đồng, cải thiện nguồn cung cấp nước, mang đến sự hỗ trợ về y tế, cầu nguyện cho những người bệnh tật, và cho những lời khuyên".

- Viết vào cột thứ hai trong Kế Hoạch Chúa Giê-Su của bạn một phương pháp thiết thực mà bạn có thể đáp ứng các nhu cầu trong cộng đồng nơi bạn thực hiện sứ vụ hay công tác truyền giáo.

  🖐 Chữa lành bệnh tật
  Đưa tay ra như thể bạn đang đặt tay trên một người bệnh để chữa lành cho họ.

Loan báo Tin Mừng (9)

"Phần thứ hai là của loan báo Tin Mừng là loan báo Tin Mừng".

- Ôn lại Tin Mừng bằng vòng tay Tin Mừng

"Tin Mừng chỉ là tin mừng nếu người ta có thể hiểu nội dung. Một khía cạnh quan trọng của việc loan báo Tin Mừng là hãy đảm bảo rằng những Tin Mừng đó có ý nghĩa đối với những ai được nghe".

✋ Loan báo Tin Mừng
Úp hai tay quanh miệng như đang giữ một cái loa.

- Giảng dạy các nguyên tắc trong bước ba của Kế Hoạch Chúa Giê-Su bằng cách thực hiện trò chơi sinh hoạt sau:

∽ Chim có 2 cánh ∽

"Chúa Giê-su đã nói rằng hãy chữa lành bệnh tật và rao giảng Tin Mừng. Giống như hai chiếc cánh của một con chim, bạn cần cả hai để bay được!"

- Nhờ một người tình nguyện. Nói rằng người tình nguyện là một người truyền giáo giỏi trong khi bạn có khả năng tốt nhất là chữa bệnh.
- Nhờ người tình nguyện đưa hai tay lên như thể anh ta có đôi cánh. Diễn tả rằng tay phải của anh mạnh mẽ trong việc truyền giáo, nhưng tay trái lại yếu hơn (nhờ anh ta làm cho tay trái trông nhỏ hay ngắn hơn tay phải)
- Đưa hai tay lên như thể bạn có đôi cánh. Nói rằng tay trái của bạn mạnh mẽ trong việc chữa bệnh, nhưng tay phải lại yếu hơn. Bạn kém trong việc loan báo Tin Mừng. Nhờ người tình nguyện bay với đôi cánh của mình. Bạn cũng làm như vậy (Cả hai bạn nên xoay vòng liên tục).

"Kết quả sẽ khác đi thế nào nếu chúng tôi quyết định làm việc cùng nhau?"

- Kết nối cánh tay "yếu" của bạn (truyền giáo) với cánh tay "yếu" của người tình nguyện (chữa bệnh).

"Khi chúng tôi kết hợp sức mạnh lại với nhau và thực hiện cùng nhau, chúng tôi có thể bay".

- Bạn và người tình nguyện cùng nhau đập cánh tay "mạnh" của mỗi người và "bay" xung quanh trong phòng.

Bước Thứ Bốn Trong Kế Hoạch Chúa Giê-Su Là Gì?

–LU-CA 10:10-11–
NHƯNG VÀO BẤT CỨ THÀNH NÀO MÀ NGƯỜI TA KHÔNG TIẾP ĐÓN, THÌ ANH EM RA CÁC QUẢNG TRƯỜNG MÀ NÓI: "NGAY CẢ BỤI TRONG THÀNH CÁC ÔNG DÍNH CHÂN CHÚNG TÔI, CHÚNG TÔI CŨNG XIN GIŨ TRẢ LẠI CÁC ÔNG. TUY NHIÊN CÁC ÔNG PHẢI BIẾT ĐIỀU NÀY: TRIỀU ĐẠI THIÊN CHÚA ĐÃ ĐẾN GẦN".

4. Đánh Giá Kết Quả Và Điều Chỉnh

ĐÁNH GIÁ CÁCH THỨC NGƯỜI DÂN HỒI ĐÁP (10,11)

"Một chìa khóa của sự thành công lâu dài cho bất cứ nhiệm vụ nào là khả năng đánh giá. Ở bước này, Chúa Giê-su bảo chúng ta hãy phân tích cách thức mà người ta hồi đáp và điều chỉnh kế hoạch.

Đôi khi con người không hưởng ứng vì họ không hiểu thông điệp của chúng ta. Vì thế chúng ta cần làm cho thông điệp được rõ ràng. Có khi vì họ chất chứa tội lỗi trong đời sống, vậy nên chúng ta cần loan báo ơn tha thứ của Thiên Chúa cho họ. Một số người khác không sẵn sàng đón nhận vì họ có những trải nghiệm tiêu cực trong quá khứ. Chúng ta mong họ quay trở về với Gia Đình Thiên Chúa. Tuy nhiên, cũng phải đến lúc đánh giá sự cởi mở của những người chúng ta đang cùng làm việc và điều chỉnh để kế hoạch trở nên phù hợp hơn.

Một bước then chốt trong Kế Hoạch Chúa Giê-Su là quyết định trước khi bắt đầu về phương pháp để đánh giá kết quả.

- Viết vào cột thứ hai trong Kế Hoạch Chúa Giê-Su của bạn "thành công" trong sứ vụ hay công tác truyền giáo này sẽ là gì? Bạn sẽ đánh giá hồi đáp của họ như thế nào?

  🤚 Đánh giá kết quả
  Đưa hai tay ra như hai đĩa cân. Di chuyển hai tay lên xuống trong khi gương mặt đầy vẻ thắc mắc.

HÃY RỜI BỎ NẾU NGƯỜI DÂN KHÔNG HƯỞNG ỨNG (11)

"Nguyên tắc cuối cùng của Kế Hoạch Chúa Giê-Su thật khó khăn đối với nhiều người. Hãy nên rời bỏ nơi chúng ta đang truyền giáo nếu người dân không hưởng ứng. Nhiều khi, chúng ta cứ tin rằng sẽ có gì đó thay đổi. Ngay cả đến khi phải rời đi, chúng ta vẫn nuôi hy vọng".

"Một phần mang tính chiến lược của công tác truyền giáo là xác định khi nào là thời điểm phải rời bỏ. Một số người bỏ đi quá nhanh, số khác lại quá chậm. Rời bỏ tình bằng hữu chẳng bao giờ dễ dàng, nhưng quan trọng là hãy luôn nhớ rằng Chúa Giê-su ra lệnh cho chúng ta rời đi nếu người dân không hưởng ứng.

Vậy, bạn nên dành bao nhiêu thời gian cho họ trước khi có kết luận rằng họ không hề hưởng ứng: một ngày, một tháng hay một năm? Mỗi hoàn cảnh truyền giáo mang tính chất khác nhau. Thực tế là nhiều người ở lại quá lâu và mất đi ơn chúc lành của Thiên Chúa ở một nơi khác vì họ đã không tuân theo những nguyên tắc của Kế Hoạch Chúa Giê-Su".

- Viết vào cột thứ hai trong Kế Hoạch Chúa Giê-Su thời gian bao lâu mà bạn cho là cần thiết để ở lại và thi hành sứ vụ Thiên Chúa đã giao phó? Nếu nhóm người đó không hưởng ứng Tin Mừng, tiếp theo bạn sẽ đi đâu?

  🖐 Rời đi nếu không có kết quả
  Vẫy tay chào tạm biệt.

Câu Kinh Thánh Ghi Nhớ

–LU-CA 10:9–
HÃY CHỮA NHỮNG NGƯỜI ĐAU YẾU TRONG THÀNH, VÀ NÓI VỚI HỌ: "TRIỀU ĐẠI THIÊN CHÚA ĐÃ ĐẾN GẦN CÁC ÔNG".

- Mọi người cùng đứng lên và đọc câu Kinh Thánh ghi nhớ mười lần. Sáu lần đầu tiên, học viên có thể tra Kinh Thánh hay tập của mình. Bốn lần sau, học viên tự đọc bằng trí nhớ của mình. Học viên nên đọc vị trí trước rồi mới đến nội dung của câu Kinh Thánh ghi nhớ, và ngồi xuống khi hoàn thành.
- Thực hiện theo quy trình này sẽ giúp đào tạo viên biết được nhóm nào đã thực hiện xong bài học trong giai đoạn "Thực hành".

Thực Hành

- Chia các lãnh đạo thành từng nhóm bốn người. Yêu cầu họ áp dụng quy trình đào tạo với bài học lãnh đạo.
- Dẫn dắt các lãnh đạo xuyên suốt quy trình đào tạo từng bước một, cho họ 7-8 phút để thảo luận từng giai đoạn sau.

Tiến Triển

"Các bạn thấy phần nào của các bước này là dễ nhất để cho nhóm mình vâng theo?"

Vấn Đề

"Các bạn thấy phần nào của các bước này là khó nhất để cho nhóm mình vâng theo?"

Kế Hoạch

"Một công việc mà bạn sẽ tiến hành cho nhóm mình trong 30 ngày tới để vâng theo các bước này của Kế Hoạch Chúa Giê-Su là gì?""

- Mọi người nên ghi lại kế hoạch của cộng sự của mình để sau này có thể cầu nguyện cho họ.

Thực Hành

"Một công việc mà bạn sẽ cải thiện cho nhóm mình trong 30 ngày tới để vâng theo các bước này của Kế Hoạch Chúa Giê-Su là gì?"

- Mọi người nên ghi lại thông tin của các cộng sự của mình để sau này có thể cầu nguyện cho họ.
- Sau khi đã chia sẻ kĩ năng mà họ sẽ thực hành, mọi người đứng dậy và cùng nhau đọc câu Kinh Thánh ghi nhớ mười lần.

CẦU NGUYỆN

- Hãy dành thời gian để cầu nguyện cho kế hoạch của mỗi người. Cầu xin Thiên Chúa sẽ tiếp tục giúp đỡ các nhóm tiến triển và khắc phục những điểm yếu.

KẾT THÚC

Kế Hoạch Chúa Giê-Su Của Tôi

- Để nghị các lãnh đạo lật ra đằng sau hướng dẫn tham dự của họ để thấy trang "Kế Hoạch Chúa Giê-Su".

Hãy sử dụng những ghi chép của các bạn từ buổi học này, điền vào cột thứ hai và ba của Kế Hoạch Chúa Giê-Su của mỗi người. Hai cột này hiển thị những ai đáng được hưởng bình an và phương pháp để chúng ta truyền giáo cho họ. Viết những chi tiết cụ thể về phương pháp mà bạn sẽ theo những nguyên tắc của Chúa Giê-su cho sứ vụ trong Tin Mừng theo Thánh Lu-ca chương 10".

9

Nhân Rộng Các Nhóm

Có được các Hội Thánh khỏe mạnh từ quá trình nhân rộng là kết quả của việc lớn mạnh trong Chúa, loan báo Tin Mừng, đào tạo môn đệ, thành lập các nhóm, đào tạo lãnh đạo. Tuy nhiên Hầu hết các lãnh đạo chưa từng thành lập Hội Thánh và không biết làm thế nào để để bắt đầu. "Nhân rộng các nhóm" trình bày các nơi mà chúng ta nên tập trung vào khi thành lập nhóm để phát triển thành Hội Thánh. Trong Sách Công Vụ Tông Đồ, Chúa Giê-su ra lệnh thành lập nhóm ở bốn vùng miền khác nhau. Ngài bảo hãy tạo nên các nhóm nơi thành thị và vùng miền mà chúng ta sống. Sau đó, Ngài bảo hãy kêu gọi môn đệ ở vùng láng giềng nơi có dân tộc khác với chúng ta. Cuối cùng, Chúa Giê-su ra lệnh chúng ta đi đến khắp nơi trên thế giới để vươn đến mọi dân tộc. Đào tạo viên khuyến khích lãnh đạo để tiếp nhận trái tim Chúa Giê-su cho tất cả mọi người và lên kế hoạch vươn đến

Giê-ru-sa-lem, Giu-đê, Sa-ma-ri của họ và cho đến tận cùng thế giới. Lãnh đạo thêm những nhiệm vụ này vào "Kế Hoạch Chúa Giê-Su" của họ.

Sách Công Vụ Tông Đồ cũng viết về nhiệm vụ của bốn kiểu người thành lập. Phê-rô - mục sư - đã giúp thành lập một nhóm trong nhà Co-nê-li-ô. Phao lô - tông đồ - đi khắp vương quốc Rô-ma để thành lập các nhóm. A-qui-la và Pơ-rít-ca – thương gia – thành lập các nhóm bất cứ nơi đâu trong thương vụ của họ. Những người bị "bắt bớ" trong Sách Công Vụ Tông Đồ chương 8 tản mác và thành lập các nhóm ở nơi họ đi đến. Trong bài học này, lãnh đạo tìm ra những người có khả năng thành lập nhóm trong tầm ảnh hưởng của mình và thêm họ vào trong "Kế Hoạch Chúa Giê-Su". Buổi học kết thúc bằng việc giải quyết một giả thuyết cho rằng thành lập Hội Thánh cần số tiền lớn. Hầu hết các Hội Thánh khởi đầu trong những gia đình với chi phí còn ít hơn cả một cuốn Kinh Thánh.

CA TỤNG

- Cùng hát hai bài ca thờ phượng. Để nghị một lãnh đạo cầu nguyện cho giai đoạn này.

TIẾN TRIỂN

- Nhờ một lãnh đạo khác trong khóa học chia sẻ một lời chứng ngắn (ba phút) về cách thức mà Thiên Chúa đang chúc lành cho nhóm của họ. Sau khi người lãnh đạo đó hoàn tất, yêu cầu cả lớp cầu nguyện cho anh/ cô ta.
- Ngoài ra, bạn có thể làm mẫu một giai đoạn huấn luyện cùng một lãnh đạo, áp dụng quy trình đào tạo lãnh đạo "Tiến triển, Vấn đề, Kế hoạch, Thực hành, Cầu nguyện".

Vấn Đề

"Dẫn dắt một nhóm hay Hội Thánh hiện có thật chẳng dễ dàng gì. Ý định thành lập một nhóm hay Hội Thánh mới có vẻ như là không thể. Hội Thánh vật lộn với việc sử dụng số tiền, thời gian, nhân lực có giới hạn. Chúa Giê-su biết rõ những khó khăn trong cương vị quản lý của chúng ta, nhưng Ngài vẫn sai chúng ta thành lập các Hội Thánh mới.

Một vấn đề khác mà chúng ta phải đối mặt khi thành lập nhóm hay Hội Thánh là trong thực tế, hầu hết tín hữu chưa hề thành lập một nhóm hay Hội Thánh nào. Mục sư, lãnh đạo, thương gia, và thành viên Hội Thánh đều có khái niệm về những "vật liệu" cần thiết để xây dựng nên một Hội Thánh thật sự. Điều này khiến cho việc thành lập các Hội Thánh mới phải dựa trên nền tảng của Hội Thánh mẹ. Kết cục thường là Hội Thánh mới sẽ sụp đổ vì quá giống với Hội Thánh mẹ".

Kế Hoạch

"Bạn có nhớ khi chúng ta nói về phương pháp để tăng 5.000 tín hữu lên 40.000 tín hữu không? Chìa khóa cho sự tăng trưởng đó là mỗi tín hữu đều thành lập một nhóm mới. Bài học này cung cấp kiến thức về bốn vùng mà chúng ta nên thành lập các nhóm. Sau đó, chúng ta sẽ xác định bốn kiểu người thành lập nhóm trong Sách Công Vụ Tông Đồ".

Ôn Tập

Lời chào mừng

Ai xây dựng Hội Thánh?

Tại sao điều đó lại quan trọng?

Chúa Giê-Su xây dựng Hội Thánh của Người như thế nào?
  Lớn mạnh trong Chúa ✋
  Loan báo Tin Mừng ✋
  Đào tạo môn đệ ✋
  Thành lập các nhóm và các Hội Thánh ✋
  Phát triển lãnh đạo ✋

> –Thư thứ nhất gửi tín hữu Cô-rin-tô 11:1– Anh em hãy bắt chước tôi, như tôi bắt chước Đức Ki-tô.

Đào Tạo Như Chúa Giê-su

Chúa Giê-Su đã đào tạo các lãnh đạo như thế nào?
  Tiến triển ✋
  Vấn đề ✋
  Kế hoạch ✋
  Thực hành ✋
  Cầu nguyện ✋

> –Lu-ca 6:40– Môn đồ không hơn thầy, nhưng người nào được huấn luyện đầy đủ thì cũng có thể được như thầy. (Bản dịch 2011)

Lead Dẫn Dắt Như Chúa Giê-su

Chúa Giê-su đã nói ai là người lãnh đạo vĩ đại nhất? ✋
Bảy đặc điểm của một người lãnh đạo vĩ đại?
  1. Lãnh đạo vĩ đại yêu mến con người ✋
  2. Lãnh đạo vĩ đại biết rõ nhiệm vụ của mình ✋
  3. Lãnh đạo vĩ đại phục vụ cho môn đệ của mình ✋
  4. Lãnh đạo vĩ đại ân cần chỉ bảo người phạm lỗi ✋
  5. Lãnh đạo vĩ đại nắm rõ vấn đề hiện tại của nhóm ✋
  6. Lãnh đạo vĩ đại là tấm gương sáng để noi theo ✋
  7. Lãnh đạo vĩ đại biết rằng họ được chúc lành ✋

> –Gio-an 13:14-15– Vậy, nếu Thầy là Chúa, là Thầy, mà còn rửa chân cho anh em, thì anh em cũng phải

rửa chân cho nhau. Thầy đã nêu gương cho anh em, để anh em cũng làm như Thầy đã làm cho anh em.

Lớn Mạnh

Thiên Chúa đã trao cho bạn tính cách nào?

Người lính
Người tìm kiếm
Mục tử
Người gieo hạt
Con trai/Con gái
Vị thánh
Người phục vụ
Người quản lý

Thiên Chúa yêu kiểu tính cách nào nhất?
Kiểu tính cách nào tạo nên người lãnh đạo tốt nhất?

–Thư gửi tín hữu Rô-ma 12:4-5–Cũng như trong một thân thể, chúng ta có nhiều bộ phận, mà các bộ phận có cùng một chức năng; thì chúng ta cũng vậy: tuy nhiều nhưng chỉ là một phần thân thể trong Đức Ki-tô, ai nấy liên đới với nhau như những bộ phận của một thân thể.

Cùng Nhau Mạnh Mẽ Hơn

Tại sao lại có tám kiểu người trên thế giới?
Chúa Giê-su là ai?

Người lính
Người tìm kiếm
Mục tử
Người gieo hạt
Con trai/ Con gái
Vị cứu chuộc/ Vị thánh
Người tôi tớ
Người quản lý

Ba lựa chọn chúng ta có khi xảy ra xung đột?
    Chạy trốn
    Chiến đấu chống lại nhau
    Tìm kiếm giải pháp theo Thần Khí Chúa để làm việc cùng nhau

–Thư gửi tín hữu Ga-lát 2:20–Tôi sống, nhưng không còn là tôi, mà là Đức Ki-tô sống trong tôi. Hiện nay tôi sống trong xác phàm, là sống trong niềm tin vào con Thiên Chúa, Đấng đã yêu mến tôi và hiến mạng vì tôi.

Loan báo Tin Mừng

Tôi làm thế nào để loan báo Tin Mừng Đơn Giản?
    Hạt vàng
    Hạt xanh lam
    Hạt xanh lục
    Hạt đen
    Hạt trắng
    Hạt đỏ

Tại sao chúng ta cần sự giúp đỡ của Chúa Giê-Su?
    Không ai có đủ trí khôn để trở về với Thiên Chúa
    Không ai đủ hào phóng để trở về với Thiên Chúa
    Không ai có đủ sức mạnh để trở về với Thiên Chúa
    Không ai đủ lòng lành để trở về với Thiên Chúa

–Gio-an 14:6–Đức Giê-su đáp: "Chính Thầy là con đường, là sự thật và là sự sống. Không ai đến với Chúa Cha mà không qua Thầy".

Đào Tạo Môn Đệ

Bước đầu tiên trong Kế Hoạch Của Chúa Giê-Su là gì?
    Chuẩn bị tâm hồn
        Đi theo từng cặp
        Đi đến nơi Chúa Giê-Su đang làm việc

Cầu nguyện cho các lãnh đạo trong mùa gặt ✋
Ra đi trong khiêm nhường ✋
Trông cậy vào Thiên Chúa, không phải tiền bạc ✋
Đi thẳng đến nơi Thiên Chúa đang kêu gọi ✋

–Lu-ca 10:2–Người bảo các ông: "Lúa chín đầy đồng mà thợ gặt lại ít. Vậy anh em hãy xin chủ mùa gặt sai thợ ra gặt lúa về.

Thành lập các nhóm
Bước thứ hai trong Kế Hoạch Của Chúa Giê-Su là gì?
Xây dựng tình bằng hữu ✋
Tìm một người đáng hưởng bình an
Hãy ăn và uống những gì họ mời
Đừng đi hết nhà nọ đến nhà kia
Bước thứ ba trong Kế Hoạch Của Chúa Giê-Su là gì?
Loan báo Tin Mừng ✋
Chữa lành bệnh tật
Loan báo Tin Mừng
Bước thứ bốn trong Kế Hoạch Của Chúa Giê-Su là gì?
Đánh giá kết quả và điều chỉnh ✋
Đánh giá cách thức người dân hồi đáp
Hãy rời bỏ nếu người dân không hưởng ứng

–Lu-ca 10:9–Hãy chữa những người đau yếu trong thành, và nói với họ: "Triều đại Thiên Chúa đã đến gần các ông".

Bốn Nơi Mà Chúa Giê-Su Sai Tín Hữu Đến Để Thành Lập Các Nhóm Là Ở Đâu?

–SÁCH CÔNG VỤ TÔNG ĐỒ 1:8–
NHƯNG ANH EM SẼ NHẬN ĐƯỢC SỨC MẠNH CỦA THÁNH THẦN KHI NGƯỜI NGỰ XUỐNG TRÊN ANH

EM. BẤY GIỜ ANH EM SẼ LÀ CHỨNG NHÂN CỦA THẦY TẠI GIÊ-RU-SA-LEM, TRONG KHẮP CÁC MIỀN GIU-ĐÊ, SA-MA-RI CHO ĐẾN TẬN CÙNG TRÁI ĐẤT".

1. **Giê-ru-sa-lem**

    "Chúa Giê-su bảo các môn đệ hãy thành lập các nhóm tại thành thị mà họ sống và với những người cùng chung dân tộc. Theo gương Ngài, chúng ta sẽ thành lập các nhóm và Hội Thánh mới ở tỉnh/thành phố nơi chúng ta sống".

    - Viết vào cột thứ ba trong Kế Hoạch Chúa Giê-Su của bạn tên một nơi thuộc tỉnh/thành phố nơi bạn sống mà hiện đang cần một nhóm hay Hội Thánh mới. Viết một mô tả ngắn về việc này sẽ xảy ra như thế nào.

2. **Giu-đê**

    "Thứ hai, Chúa Giê-su bảo các môn đệ hãy thành lập các nhóm trong cùng vùng miền nơi họ sống. Giê-ru-sa-lem là một thành thị, trong khi Giu-đê lại là một vùng nông thôn của Ít-ra-en. Người dân ở Giu-đê có cùng sắc tộc với các môn đệ. Theo lệnh Chúa Giê-su, chúng ta sẽ thành lập các nhóm và Hội Thánh mới ở những vùng nông thôn nơi ta sống".

    - Viết vào cột thứ ba trong Kế Hoạch Chúa Giê-Su của bạn tên một nơi thuộc vùng miền nơi bạn sống mà hiện đang cần một nhóm hay Hội Thánh mới. Viết một mô tả ngắn về việc này sẽ xảy ra như thế nào.

3. **Sa-ma-ri**

"Thứ ba, Chúa Giê-su ra lệnh cho các môn đệ hãy thành lập các nhóm tại một tỉnh/thành phố khác cùng với những người thuộc dân tộc khác. Người Do Thái khinh miệt những ai sống ở Sa-ma-ri. Bất chấp thành kiến của họ, Chúa Giê-su bảo các môn đệ loan báo Tin Mừng, thành lập các nhóm và các Hội Thánh ở trong dân Sa-ma-ri. Thành lập các nhóm hay Hội Thánh trong những thành thị láng giềng với sắc tộc khác chính là vâng theo mệnh lệnh của Chúa Giê-su.

- Viết vào cột thứ ba trong Kế Hoạch Chúa Giê-Su của bạn tên một nơi thuộc một thành phố khác không cùng sắc tộc mà hiện đang cần một nhóm hay Hội Thánh mới. Viết một mô tả ngắn về việc này sẽ xảy ra như thế nào

4. **Tận cùng thế giới**

"Cuối cùng, Chúa Giê-su giao phó cho các môn đệ nhiệm vụ thành lập các nhóm khắp thế giới và trong mọi dân tộc khác nhau. Để tuân theo mệnh lệnh này thường cần phải học ngôn ngữ và nền văn hóa mới. Gửi các nhà truyền giáo từ Hội Thánh của chúng ta ra đi thành lập các nhóm và Hội Thánh mới ở ngoại quốc chính là vâng theo mệnh lệnh của Chúa Giê-su.

- Viết vào cột thứ ba trong Kế Hoạch Chúa Giê-Su của bạn tên một nơi thuộc một vùng miền khác không cùng sắc tộc mà hiện đang cần một nhóm hay Hội Thánh mới. Viết một mô tả ngắn về việc này sẽ xảy ra như thế nào

Bốn Phương Pháp Để Thành Lập Một Nhóm Hoặc Hội Thánh Là Gì?

1. **Phê-rô**

    –SÁCH CÔNG VỤ TÔNG ĐỒ 10:9–
    HÔM SAU, ĐANG KHI HỌ ĐI ĐƯỜNG VÀ ĐẾN GẦN GIA-PHÔ, THÌ ÔNG PHÊ-RÔ LÊN SÂN THƯỢNG CẦU NGUYỆN; LÚC ĐÓ, VÀO KHOẢNG GIỜ THỨ SÁU.

    "Thánh Phê-rô thực hiện công việc của một mục sư tại Hội Thánh ở Giê-ru-sa-lem. Co-nê-li-ô xin Ngài đến Gia-phô để loan báo Tin Mừng của Chúa Giê-su Ki-tô. Khi Thánh Phê-rô rao giảng tại nhà ông Co-nê-li-ô, mọi người ở đó được nhận lấy Thánh Thần mà trở về với Thiên Chúa, và một nhóm mới vì thế mà được thành lập.

    Cách thứ nhất là để vị mục sư của một Hội Thánh hiện có thi hành một cuộc truyền giáo ngắn hạn và giúp đỡ thành lập nhóm hay Hội Thánh mới. Công cuộc phát triển Hội Thánh dạng này thường mất một đến ba tuần".

    - Viết vào cột thứ bốn trong Kế Hoạch Chúa Giê-Su của bạn tên vị mục sư mà bạn biết có khả năng giúp thành lập một nhóm hay Hội Thánh mới. Viết một mô tả ngắn về việc này sẽ xảy ra như thế nào.

2. **Phao-lô**

    –SÁCH CÔNG VỤ TÔNG ĐỒ 13:2–
    MỘT HÔM, ĐANG KHI HỌ LÀM VIỆC THỜ PHƯỢNG CHÚA VÀ ĂN CHAY, THÌ THÁNH THẦN PHÁN BẢO: "HÃY DÀNH RIÊNG BA-NA-BA VÀ SAO-LÔ CHO TA, ĐỂ LO CÔNG VIỆC TA ĐÃ KÊU GỌI HAI NGƯỜI ẤY LÀM"

"Phao-lô và Ba-na-ba là hai vị lãnh đạo của Hội Thánh tại An-ti-ô-khi-a. Thiên Chúa phán bảo họ trong giờ thờ phượng Thiên Chúa và giao phó cho họ nhiệm vụ đi đến nơi dân ngoại và rao giảng Phúc Âm. Vâng lời, họ thành lập các nhóm và Hội Thánh trải khắp vương quốc Rô-ma.

Cách thứ hai là gửi những lãnh đạo đi đến các thành phố hay vùng miền khác để rao giảng Phúc Âm. Những nhà truyền giáo này kêu gọi các tín hữu mới, thành lập các nhóm hay Hội Thánh mới. Công cuộc phát triển Hội Thánh dạng này thường mất một đến ba tháng".

- Viết vào cột thứ bốn trong Kế Hoạch Chúa Giê-Su của bạn tên các vị lãnh đạo trong Hội Thánh mà bạn biết có khả năng giúp thành lập một nhóm hay Hội Thánh mới. Viết một mô tả ngắn về việc này sẽ xảy ra như thế nào

3. **A-qui-la và Pơ-rít-ca**

    –THƯ THỨ NHẤT GỬI TÍN HỮU CÔ-RIN-TÔ 16:19–
    CÁC HỘI THÁNH A-XI-A GỬI LỜI CHÀO ANH EM.
    A-QUI-LA VÀ PƠ-RÍT-CA CÙNG VỚI HỘI THÁNH HỌP
    TẠI NHÀ HỌ GỬI LỜI CHÀO ANH EM TRONG CHÚA.

    A-qui-la và Pơ-rít-ca là hai thương gia tại Hội Thánh. Họ thành lập một nhóm hay Hội Thánh tại nơi họ sống và làm việc. Khi phải chuyển đi do có thương vụ ở nơi khác, họ tiếp tục phong trào phát triển Hội Thánh tại địa điểm mới.

    Cách thứ ba là để những thương gia Ki-tô hữu thành lập các nhóm mà sẽ trở thành Hội Thánh trong số khách hàng của họ. Nếu một thương gia Ki-tô hữu đi đến một vùng miền mà chưa hề có Hội Thánh, họ sẽ thành lập một nhóm. Công cuộc phát triển Hội Thánh dạng này thường mất một đến ba năm".

- Viết vào cột thứ bốn trong Kế Hoạch Chúa Giê-Su của bạn tên những thương gia mà bạn biết có khả năng giúp thành lập một nhóm hay Hội Thánh mới. Viết một mô tả ngắn về việc này sẽ xảy ra như thế nào

4. **Bắt bớ**

   –CÔNG VỤ TÔNG ĐỒ 8:1–
   PHẦN ÔNG SAO-LÔ, ÔNG TÁN THÀNH VIỆC GIẾT ÔNG TÊ-PHA-NÔ. HỒI ẤY, HỘI THÁNH TẠI GIÊ-RU-SA-LEM TRẢI QUA MỘT CƠN BẮT BỚ DỮ DỘI. NGOÀI CÁC TÔNG ĐỒ RA, MỌI NGƯỜI ĐỀU PHẢI TẢN MÁC VỀ CÁC VÙNG QUÊ MIỀN GIU-ĐÊ VÀ SA-MA-RI.

   "Nhóm người cuối cùng theo Sách Công Vụ Tông Đồ có thể thành lập nhóm hay Hội Thánh là các tín hữu bị đàn áp. Nhiều tín hữu phải trốn chạy khỏi Giê-ru-sa-lem khi Sao-lô tiến hành bắt bớ Hội Thánh. Họ thành lập các nhóm và Hội Thánh trải khắp các miền Giu-đê và Sa-ma-ri. Chúng ta biết rằng những điều này là sự thật, vì sau đó các tông đồ đến thăm những Hội Thánh đã được dựng nên ở hai vùng này.

   Cách cuối cùng là do các tín hữu bị bắt bớ phải tản mác sang một vùng mới. Họ sẽ thành lập nếu ở đó chưa hề có một nhóm hay Hội Thánh nào. Việc thành lập không hề yêu cầu bằng cấp nào, chỉ cần tình yêu đối với Chúa Giê-su và một trái tim sẵn sàng vâng lệnh Ngài".

   - Viết vào cột thứ bốn trong Kế Hoạch Chúa Giê-Su của bạn tên những tín hữu bị buộc phải rời bỏ quê hương mà bạn biết có khả năng giúp thành lập một nhóm hay Hội Thánh mới. Viết một mô tả ngắn về việc này sẽ xảy ra như thế nào

Câu Kinh Thánh ghi nhớ

–SÁCH CÔNG VỤ TÔNG ĐỒ 1:8–
NHƯNG ANH EM SẼ NHẬN ĐƯỢC SỨC MẠNH CỦA THÁNH THẦN KHI NGƯỜI NGỰ XUỐNG TRÊN ANH EM. BẤY GIỜ ANH EM SẼ LÀ CHỨNG NHÂN CỦA THẦY TẠI GIÊ-RU-SA-LEM, TRONG KHẮP CÁC MIỀN GIU-ĐÊ, SA-MA-RI CHO ĐẾN TẬN CÙNG TRÁI ĐẤT".

- Mọi người cùng đứng lên và đọc câu Kinh Thánh ghi nhớ mười lần. Sáu lần đầu tiên, học viên có thể tra Kinh Thánh hay tập của mình. Bốn lần sau, học viên tự đọc bằng trí nhớ của mình. Học viên nên đọc vị trí trước rồi mới đến nội dung của câu Kinh Thánh ghi nhớ, và ngồi xuống khi hoàn thành.
- Thực hiện theo quy trình này sẽ giúp đào tạo viên biết được nhóm nào đã thực hiện xong bài học trong giai đoạn "Thực hành".

Thực Hành

- Chia các lãnh đạo thành từng nhóm bốn người. Yêu cầu họ áp dụng quy trình đào tạo với bài học lãnh đạo.
- Dẫn dắt các lãnh đạo xuyên suốt quy trình đào tạo từng bước một, cho họ 7-8 phút để thảo luận từng giai đoạn sau.

TIẾN TRIỂN

"Hãy chia sẻ tiến độ của bạn trong việc thành lập nhóm hay Hội Thánh ở bốn nơi khác nhau với bốn dạng người thành lập khác nhau".

VẤN ĐỀ

"Hãy chia sẻ những vấn đề của bạn trong việc thành lập nhóm hay Hội Thánh ở bốn nơi khác nhau với bốn dạng người thành lập khác nhau".

KẾ HOẠCH

"Hãy chia sẻ hai công việc mà bạn sẽ dẫn dắt nhóm mình thực hiện trong 30 ngày tới nhằm giúp họ thành lập một nhóm hay Hội Thánh mới".

- Mọi người nên ghi lại kế hoạch của cộng sự của mình để sau này có thể cầu nguyện cho họ.

THỰC HÀNH

"Hãy chia sẻ một công việc mà bạn sẽ thực hành trong vòng 30 ngày tới để giúp bạn tiến bộ trong vai trò lãnh đạo trong vùng miền này".

- Mọi người nên ghi lại thông tin của các cộng sự của mình để sau này có thể cầu nguyện cho họ.
- Sau khi đã chia sẻ kĩ năng mà họ sẽ thực hành, mọi người đứng dậy và cùng nhau đọc câu Kinh Thánh ghi nhớ mười lần.

CẦU NGUYỆN

- Hãy dành thời gian để cầu nguyện cho kế hoạch của mỗi người và kĩ năng mà bạn sẽ thực hành trong vòng 30 ngày tới để tiến bộ hơn trong vai trò lãnh đạo".

KẾT THÚC

Thành lập một Hội Thánh mới tốn bao nhiêu tiền?

"Bạn cần gì để thành lập một Hội Thánh mới? Hãy lên danh sách những thứ cần thiết".

- Viết danh sách lên bảng khi học viên trả lời câu hỏi. Cho phép họ tranh luận. Ví dụ như khi ai đó nói "một tòa nhà", hãy hỏi những người còn lại liệu thành lập một Hội Thánh có cần một tòa nhà không.

"Bây giờ chúng ta đã có danh sách những vật liệu cần thiết, hãy đặt giá cho từng món".

- Đề nghị học viên ước lượng bằng cách thảo luận rồi đưa ra giá thống nhất cho từng món trong danh sách theo thứ tự từ trên xuống. Thông thường, cả lớp sẽ quyết định là chẳng tốn gì cả để thành lập một Hội Thánh mới hoặc cùng lắm là đủ tiền để mua một cuốn Kinh Thánh.

"Mục đích của hoạt động này nhằm chỉ ra một lỗi thông thường mà con người phạm phải khi lên kế hoạch thành lập Hội Thánh. Họ cho rằng việc thành lập sẽ phải tốn rất nhiều tiền. Tuy nhiên, hầu hết các Hội Thánh khởi đầu trong các hộ gia đình và chẳng tốn gì nhiều.Ngay cả những

Hội Thánh lớn ngày nay cũng thường xuất phát từ một hộ gia đình. Đức tin, hy vọng, và tình yêu là những thứ cần thiết duy nhất để thành lập một Hội Thánh, chứ không phải một tài khoản ngân hàng lắm tiền".

Kế Hoạch Chúa Giê-Su

- Đề nghị các lãnh đạo lật ra đằng sau hướng dẫn tham dự của họ để thấy trang "Kế Hoạch Chúa Giê-Su" .

"Kể từ buổi học sắp tới, chúng ta sẽ thuyết trình Kế Hoạch Chúa Giê-Su của mỗi người cho nhau. Các bạn có vài phút để hoàn thành Kế Hoạch Chúa Giê-Su và nghĩ về việc bạn sẽ thuyết trình cho cả lớp như thế nào. Khi bạn hoàn thành, hãy dành thời gian để cầu xin Thiên Chúa chúc lành cho buổi học kế tiếp".

MỘT CÂU HỎI THƯỜNG GẶP KHÁC

Bạn sẽ làm việc với những người không biết chữ đến học như thế nào?

Khóa Đào Tạo Theo Chúa Giê-su áp dụng nhiều phương pháp trợ giúp việc giảng dạy nhằm hỗ trợ cả những người biết chữ và không biết ghi nhớ được những gì mình học. Theo kinh nghiệm của chúng tôi, cả hai nhóm người này đều hứng thú và thu được lợi ích như nhau từ khóa học. Chúng tôi nhấn mạnh các ký hiệu tay hơn khi đào tạo cho những người không biết chữ. Ở một số nền văn hóa Châu Á, phụ nữ không được đi học quá lớp ba. Sau khi đào tạo một nhóm phụ nữ như vậy, họ tiến đến và nói với chúng tôi trong nước mắt : "Chúng con xin cám ơn Cha , vì các ký hiệu tay đã giúp chúng con học được, và giờ đây chúng con có thể theo Chúa Giê-su".

Cho dù là trong một nhóm không biết chữ, vẫn thường có một người biết đọc cho cả nhóm. Thông thường, chúng tôi nhờ người này đọc các trích đoạn Kinh Thánh thật to cho cả nhóm, đôi khi lập lại đến 2 hoặc 3 lần để đảm bảo mọi người đều hiểu được. Nếu biết trước một nhóm nào mà chủ yếu là những người không biết chữ, chúng tôi sẽ làm một vi-đê-ô hoặc bản thu âm cho từng buổi học.

Ti-vi và ra-đi-ô có ảnh hưởng lớn đến những người không biết chữ, dù cho đó là vùng sâu vùng xa. Đừng phạm sai lầm khi nghĩ rằng bạn phải lặp lại một bài học cho họ. Nếu họ không hiểu bài học ngay từ lần đầu tiên, hãy giảng dạy thêm một lần nữa và trao cho họ một vi-đê-ô hay bản thu âm để ôn lại khi bạn không ở đó. Hầu hết các nơi đều có ít nhất một đầu đĩa DVD hoặc VDC công cộng. Máy nghe nhạc MP3 thì dễ dàng tiếp cận và có thể chạy bằng pin.

Thiên Chúa sẽ tiếp tục chúc lành các học viên sau khi bạn đã trao cho họ các bản thu âm và vi-đê-ô. Nếu bạn làm được, xin hãy gửi bản sao chép đến *lanfam@FollowJesusTraining.com*.

10

Theo Chúa Giê-su

Lãnh đạo đã được học trong *Đào Tạo Lãnh Đạo Cấp Tiến* những ai có thể xây dựng Hội Thánh và tầm quan trọng của điều đó. Lãnh đạo đã am hiểu năm bước trong Kế Hoạch Của Chúa Giê-Su nhằm vươn ra toàn thế giới và thực hành huấn luyện lẫn nhau. Họ biết được bảy đặc điểm của một nhà lãnh đạo vĩ đại, xây dựng nên một "Cây đào tạo" cho tương lai, và biết cách làm việc với những người có tính cách khác nhau. Mỗi lãnh đạo có một kế hoạch dựa trên Kế Hoạch Của Chúa Giê-Su trong Tin Mừng theo Thánh Lu-ca chương 10. "Theo Chúa Giê-su" chú trọng vào phần còn lại của sự lãnh đạo: động lực.

Hai ngàn năm về trước, người ta theo Chúa Giê-su vì nhiều lý do. Một số như Gio-an và Gia-cô-bê, theo Chúa Giê-su vì nghĩ rằng Ngài sẽ mang lại cho họ danh tiếng. Số khác như những người Pha-ri-sêu, lại nhắm chỉ trích và biểu thị sự khôn ngoan của họ. Một số lại như Giu-đa, chỉ vì tiền. Một đám đông năm ngàn người theo Chúa Giê-su vì Ngài ban cho họ thức ăn. Số còn lại theo Ngài vì họ cần được chữa lành, nhưng chỉ có một người biết cảm tạ ơn Ngài. Buồn thay, nhiều người thật ích kỷ khi theo Chúa Giê-su chỉ vì những gì Ngài có thể ban cho họ. Ngày nay cũng vậy. Là lãnh đạo,chúng ta nên tự kiểm điểm và hỏi bản thân mình "Tại sao tôi lại theo Chúa Giê-su?"

Chúa Giê-su khen ngợi những ai theo Ngài bằng tình yêu chân thật. Món quà dầu thơm đắt giá từ một người phụ nữ bị hắt hủi được Ngài hứa ban cho sự tưởng nhớ khi người ta loan báo Tin Mừng ở bất cứ đâu. Đồng xu của bà góa làm rung động Chúa Giê-su hơn cả đống vàng của Đền Thờ. Chúa Giê-su thất vọng khi một người trẻ đầy triển vọng lại từ chối yêu Chúa bằng cả trái tim mà chọn sự giàu sang của mình. Cũng vậy, Chúa Giê-su chỉ hỏi Phê-rô một câu để hồi phục ông sau sự phản bội của ông: "Này anh Si-mon, con ông Gio-an, anh có mến Thầy không?. Các lãnh đạo tâm linh mến Chúa và yêu người.

Trước khi buổi học kết thúc, từng lãnh đạo sẽ chia sẻ "Kế Hoạch Chúa Giê-Su" của họ. Mọi người cầu nguyện cho nhau, cam kết làm việc cùng nhau và huấn luyện những lãnh đạo mới vì tình yêu và vinh quang Thiên Chúa.

Ca Tụng

- Cùng hát hai bài ca thờ phượng.Để nghị một lãnh đạo cầu nguyện cho giai đoạn này.

Tiến Triển

Lời chào mừng
Ai xây dựng Hội Thánh?
Tại sao điều đó lại quan trọng?
Chúa Giê-Su xây dựng Hội Thánh của Người như thế nào?
Lớn mạnh trong Chúa
Loan báo Tin Mừng
Đào tạo môn đệ
Thành lập các nhóm và các Hội Thánh
Phát triển lãnh đạo

–Thư thứ nhất gửi tín hữu Cô-rin-tô 11:1–Anh em hãy bắt chước tôi, như tôi bắt chước Đức Ki-tô.

Đào Tạo Như Chúa Giê-su
Chúa Giê-Su đã đào tạo các lãnh đạo như thế nào?
- Tiến triển
- Vấn đề
- Kế hoạch
- Thực hành
- Cầu nguyện

–Lu-ca 6:40–Môn đồ không hơn thầy, nhưng người nào được huấn luyện đầy đủ thì cũng có thể được như thầy. (Bản dịch 2011)

Dẫn Dắt Như Chúa Giê-su
Chúa Giê-su đã nói ai là người lãnh đạo vĩ đại nhất?
Bảy đặc điểm của một người lãnh đạo vĩ đại?
1. Lãnh đạo vĩ đại yêu mến con người
2. Lãnh đạo vĩ đại biết rõ nhiệm vụ của mình
3. Lãnh đạo vĩ đại phục vụ cho môn đệ của mình
4. Lãnh đạo vĩ đại ân cần chỉ bảo người phạm lỗi
5. Lãnh đạo vĩ đại nắm rõ vấn đề hiện tại của nhóm
6. Lãnh đạo vĩ đại là tấm gương sáng để noi theo
7. Lãnh đạo vĩ đại biết rằng họ được chúc lành

–Gio-an 13:14-15–Vậy, nếu Thầy là Chúa, là Thầy, mà còn rửa chân cho anh em, thì anh em cũng phải rửa chân cho nhau. Thầy đã nêu gương cho anh em, để anh em cũng làm như Thầy đã làm cho anh em.

Lớn Mạnh
Thiên Chúa đã trao cho bạn tính cách nào?
- Người lính
- Người tìm kiếm

Mục tử ✋
Người gieo hạt ✋
Con trai/Con gái ✋
Vị thánh ✋
Người phục vụ ✋
Người quản lý ✋
Thiên Chúa yêu kiểu tính cách nào nhất?
Kiểu tính cách nào tạo nên người lãnh đạo tốt nhất?

> –Thư gửi tín hữu Rô-ma 12:4-5–*Cũng như trong một thân thể, chúng ta có nhiều bộ phận, mà các bộ phận có cùng một chức năng; thì chúng ta cũng vậy: tuy nhiều nhưng chỉ là một phần thân thể trong Đức Ki-tô, ai nấy liên đới với nhau như những bộ phận của một thân thể.*

Cùng Nhau Mạnh Mẽ Hơn
Tại sao lại có tám kiểu người trên thế giới?
Chúa Giê-su là ai?
Người lính ✋
Người tìm kiếm
Mục tử ✋
Người gieo hạt ✋
Con trai/ Con gái ✋
Vị cứu chuộc/ Vị thánh ✋
Người tôi tớ ✋
Người quản lý ✋
Ba lựa chọn chúng ta có khi xảy ra xung đột?
Chạy trốn ✋
Chiến đấu chống lại nhau ✋
Tìm kiếm giải pháp theo Thần Khí Chúa để làm việc cùng nhau ✋

> –Thư gửi tín hữu Ga-lát 2:20–*Tôi sống, nhưng không còn là tôi, mà là Đức Ki-tô sống trong tôi. Hiện nay*

tôi sống trong xác phàm, là sống trong niềm tin vào con Thiên Chúa, Đấng đã yêu mến tôi và hiến mạng vì tôi.

Loan báo Tin Mừng

Tôi làm thế nào để loan báo Tin Mừng Đơn Giản?

Hạt vàng

Hạt xanh lam

Hạt xanh lục

Hạt đen

Hạt trắng

Hạt đỏ

Tại sao chúng ta cần sự giúp đỡ của Chúa Giê-Su?

Không ai có đủ trí khôn để trở về với Thiên Chúa

Không ai đủ hào phóng để trở về với Thiên Chúa

Không ai có đủ sức mạnh để trở về với Thiên Chúa

Không ai đủ lòng lành để trở về với Thiên Chúa

–Gio-an 14:6– Đức Giê-su đáp: "Chính Thầy là con đường, là sự thật và là sự sống. Không ai đến với Chúa Cha mà không qua Thầy".

Đào Tạo Môn Đệ

Bước đầu tiên trong Kế Hoạch Của Chúa Giê-Su là gì?

Chuẩn bị tâm hồn

Đi theo từng cặp

Đi đến nơi Chúa Giê-Su đang làm việc

Cầu nguyện cho các lãnh đạo trong mùa gặt

Ra đi trong khiêm nhường

Trông cậy vào Thiên Chúa, không phải tiền bạc

Đi thẳng đến nơi Thiên Chúa đang kêu gọi

–Lu-ca 10:2– Người bảo các ông: "Lúa chín đầy đồng mà thợ gặt lại ít. Vậy anh em hãy xin chủ mùa gặt sai thợ ra gặt lúa về.

Thành lập các nhóm
- Bước thứ hai trong Kế Hoạch Của Chúa Giê-Su là gì?
  - Xây dựng tình bằng hữu ✋
    - Tìm một người đáng hưởng bình an
    - Hãy ăn và uống những gì họ mời
    - Đừng đi hết nhà nọ đến nhà kia
- Bước thứ ba trong Kế Hoạch Của Chúa Giê-Su là gì?
  - Loan báo Tin Mừng ✋
    - Chữa lành bệnh tật
    - Loan báo Tin Mừng
- Bước thứ bốn trong Kế Hoạch Của Chúa Giê-Su là gì?
  - Đánh giá kết quả và điều chỉnh ✋
    - Đánh giá cách thức người dân hồi đáp
    - Hãy rời bỏ nếu người dân không hưởng ứng

–Lu-ca 10:9–*Hãy chữa những người đau yếu trong thành, và nói với họ: "Triều đại Thiên Chúa đã đến gần các ông".*

Thành lập các Hội Thánh
- Bốn nơi mà Chúa Giê-su sai tín hữu đến để thành lập các nhóm là ở đâu?
  - Giê-ru-sa-lem
  - Giu-đê
  - Sa-ma-ri
  - Tận cùng thế giới
- Bốn phương pháp để thành lập một nhóm hoặc Hội Thánh là gì?
  - Phê-rô
  - Phao-lô
  - A-qui-la và Pơ-rít-ca
  - Bị bắt bớ
- Thành lập một Hội Thánh mới tốn bao nhiêu tiền?

–Sách Công Vụ Tông Đồ 1:8–*"nhưng anh em sẽ nhận được sức mạnh của Thánh Thần khi Người ngự xuống trên anh em. Bấy giờ anh em sẽ là chứng nhân của Thầy tại Giê-ru-sa-lem, trong khắp các miền Giu-đê, Sa-ma-ri cho đến tận cùng trái đất".*

KẾ HOẠCH

Tại Sao Bạn Lại Theo Chúa Giê-Su?

"Khi Chúa Giê-su còn ở thế gian hai ngàn năm trước, người ta theo Ngài vì nhiều lý do khác nhau.

Những người như Gio-an và Gia-cô-bê tin rằng theo Chúa Giê-su sẽ có danh tiếng".

–MÁC-CÔ 10:35-37–
HAI NGƯỜI CON ÔNG DÊ-BÊ-ĐÊ LÀ GIA-CÔ-BÊ VÀ GIO-AN ĐẾN GẦN ĐỨC GIÊ-SU VÀ NÓI: "THƯA THẦY, CHÚNG CON MUỐN THẦY THỰC HIỆN CHO CHÚNG CON ĐIỀU CHÚNG CON SẮP XIN ĐÂY". NGƯỜI HỎI: "CÁC ANH MUỐN THẦY THỰC HIỆN CHO CÁC ANH ĐIỀU GÌ?". CÁC ÔNG THƯA: "XIN CHO HAI ANH EM CHÚNG CON, MỘT NGƯỜI ĐƯỢC NGỒI BÊN HỮU, MỘT NGƯỜI ĐƯỢC NGỒI BÊN TẢ THẦY, KHI THẦY ĐƯỢC VINH QUANG".

"Những người như nhóm Pha-ri-sêu theo Chúa Giê-su để khoe khoang sự thông minh của họ".

–LU-CA 11:53-54–
KHI ĐỨC GIÊ-SU RA KHỎI ĐÓ, CÁC KINH SƯ VÀ CÁC NGƯỜI PHARISÊU BẮT ĐẦU CĂM GIẬN NGƯỜI RA MẶT, VÀ VẶN HỎI NGƯỜI VỀ NHIỀU CHUYỆN, GÀI BẪY ĐỂ XEM CÓ BẮT ĐƯỢC NGƯỜI NÓI ĐIỀU GÌ SAI CHĂNG.

"Những người như Giu-đa theo Chúa Giê-su vì tiền".

–GIO-AN 12:4-6–
MỘT TRONG CÁC MÔN ĐỆ CỦA ĐỨC GIÊ-SU LÀ GIU ĐA ÍT-CA-RI-ỐT, KẺ SẼ NỘP NGƯỜI, LIỀN NÓI: "SAO LẠI KHÔNG BÁN DẦU THƠM ĐÓ LẤY BA TRĂM ĐỒNG BẠC MÀ CHO NGƯỜI NGHÈO?". Y NÓI THẾ, KHÔNG PHẢI VÌ LO CHO NGƯỜI NGHÈO, NHƯNG VÌ Y LÀ MỘT TÊN ĂN CẮP: Y GIỮ TÚI TIỀN VÀ THƯỜNG LẤY CHO MÌNH NHỮNG GÌ NGƯỜI TA BỎ VÀO QUỸ CHUNG.

"Những người như đám đông năm ngàn người kia theo Chúa Giê-su vì thức ăn".

– GIO-AN 6:11-15–
VẬY, ĐỨC GIÊ-SU CẦM LẤY BÁNH, DÂNG LỜI TẠ ƠN, RỒI PHÂN PHÁT CHO NHỮNG NGƯỜI NGỒI ĐÓ. CÁ NHỎ, NGƯỜI CŨNG PHÂN PHÁT NHƯ VẬY, AI MUỐN ĂN BAO NHIÊU TÙY Ý. KHI HỌ ĐÃ NO NÊ RỒI, NGƯỜI BẢO CÁC MÔN ĐỆ: "ANH EM THU LẠI NHỮNG MIẾNG THỪA KẺO PHÍ ĐI". HỌ LIỀN ĐI THU NHỮNG MIẾNG THỪA CỦA NĂM CHIẾC BÁNH LÚA MẠCH NGƯỜI TA ĂN CÒN LẠI, VÀ CHẤT ĐẦY ĐƯỢC MƯỜI HAI THÚNG. DÂN CHÚNG THẤY DẤU LẠ ĐỨC GIÊ-SU LÀM THÌ NÓI: "HẲN ÔNG NÀY LÀ VỊ NGÔN SỨ, ĐẤNG PHẢI ĐẾN THẾ GIAN!". NHƯNG ĐỨC GIÊ-SU BIẾT HỌ SẮP ĐẾN BẮT MÌNH ĐEM ĐI MÀ TÔN LÀM VUA, NÊN NGƯỜI LẠI LÁNH MẶT, ĐI LÊN NÚI MỘT MÌNH.

"Những người như mười người phong hủi theo Chúa Giê-su để được chữa lành".

–LU-CA 17:12-14–
LÚC NGƯỜI VÀO MỘT LÀNG KIA, THÌ CÓ MƯỜI NGƯỜI PHONG HỦI ĐÓN GẶP NGƯỜI. HỌ DỪNG LẠI ĐẰNG

XA VÀ KÊU LỚN TIẾNG: "LẠY THẦY GIÊ-SU, XIN DỦ LÒNG THƯƠNG CHÚNG TÔI!". THẤY VẬY, ĐỨC GIÊ-SU BẢO HỌ: "HÃY ĐI TRÌNH DIỆN VỚI CÁC TƯ TẾ". ĐANG KHI ĐI THÌ HỌ ĐÃ ĐƯỢC SẠCH.

"Như các bạn thấy, rất nhiều người theo Ngài với trái tim ích kỷ. Họ chỉ quan tâm chút ít tới Chúa Giê-su, trong khi lại chú trọng những gì Ngài có thể ban cho. Ngày nay cũng chẳng khác gì.

Là lãnh đạo, chúng ta nên kiểm điểm bản thân và tự hỏi: "Tại sao mình lại theo Chúa Giê-su?"

Có phải bạn theo Chúa Giê-su để được nổi tiếng không?"

Có phải bạn theo Chúa Giê-su để chứng minh mình thông minh như thế nào?

Hay bạn theo Ngài vì tiền?

Có phải bạn theo Ngài để nhận được thức ăn cho gia đình?

Hay là bạn theo Chúa Giê-su với hy vọng được chữa bệnh?

Người ta theo Chúa Giê-su với nhiều lý do. Tuy nhiên, Thiên Chúa chỉ chúc lành cho một động lực. Chúa Giê-su muốn con người theo Ngài bằng tình yêu xuất phát từ trái tim.

Bạn có nhớ người đàn bà tội lỗi bị hắt hủi, người đã đổ thứ dầu thơm đắt giá lên đầu Chúa Giê-su?"

–MÁT-THÊU 26:13–
"THẦY BẢO THẬT ANH EM: KHẮP THẾ GIAN, TIN MỪNG NÀY ĐƯỢC LOAN BÁO Ở ĐÂU, NGƯỜI TA CŨNG KỂ LẠI VIỆC CÔ VỪA LÀM MÀ NHỚ TỚI CÔ".

"Bạn có nhớ người góa phụ nghèo? Lễ vật của bà làm rung động trái tim của Chúa Giê-su hơn những lễ vật quý giá ở Đền Thờ".

–LU-CA 21:3–
NGƯỜI LIỀN NÓI: "THẦY BẢO THẬT ANH EM; BÀ GOÁ NGHÈO NÀY ĐÃ BỎ VÀO NHIỀU HƠN AI HẾT.

"Bạn có nhớ câu hỏi mà Chúa Giê-su đã hỏi Phê-rô sau khi ông phản bội Ngài?"

–GIO-AN 21:17–
NGƯỜI HỎI LẦN THỨ BA: "NÀY ANH SI-MON, CON ÔNG GIO-AN, ANH CÓ YÊU MẾN THẦY KHÔNG?" ÔNG PHÊ-RÔ BUỒN VÌ NGƯỜI HỎI TỚI BA LẦN: "ANH CÓ YÊU MẾN THẦY KHÔNG?" ÔNG ĐÁP: "THƯA THẦY, THẦY BIẾT RÕ MỌI SỰ; THẦY BIẾT CON YÊU MẾN THẦY". ĐỨC GIÊ-SU BẢO: "HÃY CHĂM SÓC CHIÊN CỦA THẦY.

"Chúa Giê-su hỏi Phê-rô về tình yêu từ trái tim của ông vì đó là điểm then chốt đối với Ngài. Liệu chúng ta có theo Ngài vì yêu Ngài không?

Hãy theo Chúa Giê-su bằng tình yêu chân thật vì Ngài đã yêu chúng ta từ trước. Chúng ta lớn mạnh trong Chúa vì yêu Ngài. Chúng ta rao giảng Tin Mừng vì yêu Ngài. Chúng ta kêu gọi môn đệ vì yêu Ngài. Chúng ta thành lập các nhóm để trở thành các Hội Thánh vì yêu Ngài. Chúng ta đào tạo các lãnh đạo tâm linh vì yêu Ngài. Chỉ có đức tin, hy vọng, và tình yêu còn ở lại khi trái đất này tan biến. Vĩ đại nhất trong số đó chính là tình yêu".

Thuyết Trình Kế Hoạch Chúa Giê-Su

- Chia các lãnh đạo thành từng nhóm, mỗi nhóm có khoảng tám người. Phổ biến quy trình thuyết trình sau:
- Các lãnh đạo xếp thành vòng tròn và lần lượt thuyết trình "Kế Hoạch Chúa Giê-Su" cho nhóm của họ. Sau khi hoàn thành, các lãnh đạo khác đặt tay lên "Kế Hoạch Chúa Giê-Su", cầu xin quyền năng và ơn lành của Thiên Chúa ban xuống, cầu nguyện thật lớn cùng lúc cho người vừa mới thuyết trình.
- Lãnh đạo kết thúc giai đoạn cầu nguyện trong ơn dẫn dắt của Chúa Thánh Thần. Lúc này, người thuyết trình giữ chặt lấy bản kế hoạch và áp vào ngực, cả nhóm cùng nói: "Hãy vác lấy thập giá mình mà theo Chúa Giê-su" ba lần.
- Lập lại các bước trên cho đến khi tất cả các lãnh đạo thuyết trình xong.
- Sau khi mọi người trong một nhóm đã thuyết trình, họ tham gia vào bất cứ nhóm nào chưa hoàn thành. Cuối cùng, tất cả mọi người đều tụ lại thành một nhóm lớn.
- Kết thúc buổi học bằng một bài ca thờ phượng dâng hiến đầy ý nghĩa với các học viên.

Phần 3

CÁC NGUỒN KHÁC

Nghiên Cứu Thêm

Chúng tôi nhận thấy các tác giả sau cung cấp những kiến thức hữu ích nhất trong việc đào tạo lãnh đạo cấp tiến. Cuốn sách đầu tiên để dịch trong công tác truyền giáo là Kinh Thánh. Sau này, chúng tôi khuyến nghị dịch bảy cuốn sách sau - một nền móng vững chắc cho việc phát triển lãnh đạo hiệu quả.

Blanchard, Ken and Hodges, Phil. *Lead like Jesus: Lessons from the Greatest Role Model of all Time.* Thomas Nelson, 2006.

Clinton, J. Robert. *The Making of a Leader.* NavPress Publishing Group, 1988.

Coleman, Robert E. *The Masterplan of Evangelism.* Fleming H. Revell, 1970.

Hettinga, Jan D. *Follow Me: Experiencing the Loving Leadership of Jesus.* Navpress, 1996.

Maxwell, John C. *Developing the Leader Within You.* Thomas Nelson Publishers, 1993.

Ogne, Steven L. and Nebel, Thomas P. *Empowering Leaders through Coaching.* Churchsmart Resources, 1995.

Sanders, J. Oswald. *Spiritual Leadership: Principles of Excellence for Every Believer.* Moody Publishers, 2007.

Phụ lục A

NHỮNG CÂU HỎI THƯỜNG GẶP

Tôi nên làm gì nếu tôi không thể hoàn thành bài học trong một tiếng rưỡi?

Hãy nhớ rằng quy trình và nội dung đều quan trọng như nhau. Tuân theo quy trình sẽ xây dựng được sự tự tin. Nội dung có chất lượng mang lại kiến thức. Cả hai yếu tố này kết hợp lại sẽ tạo ra sự biến đổi. Một lỗi thường gặp nhất mà chúng tôi đã gặp khi đào tạo là giảng dạy quá nhiều kiến thức trong khi lại không có đủ thời gian để thực hành.

Tất cả các bài học trong *Khóa Đào Tạo Theo Chúa Giê-Su* đều có một thời gian nghỉ giải lao. Nếu bạn không có đủ thời gian để hoàn thành bài học, hãy giảng dạy một nửa bài học theo toàn bộ quy trình, một nửa còn lại hãy dời sang lần gặp mặt sau. Tùy thuộc vào trình độ giáo dục của người dân bạn đang đào tạo mà bạn có thể quyết định áp dụng lịch trình này mọi lúc hay không.

Mục tiêu của chúng tôi là làm cho phong cách lãnh đạo của Chúa Giê-su chảy vào mọi ngóc ngách cuộc sống của những học viên trưởng thành. Điều này đòi hỏi thời gian và sự kiên nhẫn, nhưng thật đáng giá.

Phong trào lãnh đạo là như thế nào?

Đức Chuá Trời, Ngài hiện diện khắp mọi nơi. Cho đến nay, các nhà nghiên cứu đã tìm thấy hơn 80 phong trào của nhân loại. Nếu như loan báo Tin Mừng là "động cơ" của những phong trào này, thì "các bánh xe" chính là việc phát triển lãnh đạo. Thông thường trong thực tế, thật khó để phân biệt đâu là phong trào môn đệ, lãnh đạo hay phát triển Hội Thánh. Dù mang tên gì đi chăng nữa, tất cả đều có chung một mục tiêu: giúp cho đàn ông, đàn bà, thanh niên, và trẻ nhỏ có tầm ảnh hưởng giống với Chúa Ki-tô, vị lãnh đạo vĩ đại nhất mọi thời đại.

Hệ thống lãnh đạo là đặc trưng của một phong trào lãnh đạo. Những nhóm nhỏ đàn ông hay đàn bà đáp ứng được yêu cầu về trách nhiệm, huấn luyện, và học tập. Thánh Phao-lô đã nói về những điều này trong thư thứ 2 gửi ông Ti-mô-thê chương 2 câu 2. Một lãnh đạo được huấn luyện trong một nhóm và huấn luyện lại cho nhóm khác. Hệ thống lãnh đạo tiếp tục mở rộng đến tận sáu hay bảy thế hệ trong các phong trào phát triển mạnh mẽ. Bất cứ tổ chức, công cuộc truyền giáo, hay nhóm người nào đi xa đến đâu tùy thuộc vào khả năng của người lãnh đạo. Vì thế, khả năng lãnh đạo phải được trau dồi, tu dưỡng vì đó không phải là khả năng bẩm sinh. Các lãnh đạo cần phải học để dẫn dắt người khác.

Trong một phong trào lãnh đạo, thanh thiếu niên học về những công cụ lãnh đạo; tầm nhìn, mục đích, nhiệm vụ, và mục tiêu. Các chàng trai cô gái đôi mươi bắt đầu áp dụng những công cụ này vào trong công việc và cuộc sống. Những người ngoài ba mươi chú trọng áp dụng các công cụ này vào công việc và sứ vụ riêng. Khi ai đó ngoài bốn mươi, họ bắt đầu thấy thành quả của công việc và sự kiên trì. Đến những năm ngoài năm mươi tuổi, những người đã theo phong cách lãnh đạo của Chúa Giê-su một thời gian dài trở thành hình mẫu cho các thế hệ trẻ hơn. Thông thường, những người ngoài sáu mươi có thể huấn luyện nhiều đàn ông và đàn bà trẻ hơn thành các nhà lãnh đạo. Các vị thánh ngoài bảy mươi để lại một tài sản to lớn là đức tin và sự sinh hoa kết trái.

Vai trò của một nhà truyền giáo ngoại quốc đã thay đổi như thế nào theo thời gian?

Mỗi nỗ lực truyền giáo có bốn giai đoạn: khám phá, xây dựng, triển khai, ủy nhiệm. Mỗi giai đoạn có những mục tiêu và thách thức khác nhau, yêu cầu từng tập hợp những kĩ năng khác nhau của các nhà truyền giáo.

Giai đoạn *khám phá* bao gồm xác định những người chưa được vươn tới, gửi đi những nhà truyền giáo tiên phong, và đạt được một chỗ đứng trong khu vực chưa được vươn tới đó. Vai trò của nhà truyền giáo là khám phá, loan báo Tin Mừng, và kết nối với những người dân có quan tâm. Thành quả của giai đoạn này là một vài Hội Thánh được dựng nên. Tuy nhiên các Hội Thánh thường mô phỏng lại Hội Thánh mẹ ở quốc gia đã gửi họ đi hơn là tiếp nhận nền văn hóa bản xứ. Trong suốt giai đoạn khám phá, các nhà truyền giáo thực hiện tám mươi phần trăm công việc trong khi người dân bản xứ cống hiến hai mươi phần trăm còn lại.

Các Hội Thánh khởi đầu từ giai đoạn khám phá tiếp tục phát triển và thành lập những Hội Thánh khác, tạo nên một cộng đoàn Hội Thánh trong giai đoạn *xây dựng*. Lúc này, các nhà truyền giáo giúp các Hội Thánh kết nối với nhau thành mạng lưới, rao giảng Tin Mừng, và giúp các tín hữu có khao khát cố gắng trở nên môn đệ Chúa. Một nền văn hóa Ki-tô hữu nhỏ bắt đầu bén rễ nơi bản xứ. Trong suốt giai đoạn xây dựng, các nhà truyền giáo thực hiện sáu mươi phần trăm công việc trong khi người dân bản xứ cống hiến bốn mươi phần trăm còn lại.

Công cuộc truyền giáo chuyển sang giai đoạn *triển khai* khi nhiều cộng đoàn Hội Thánh hình thành một hội đồng hay mạng lưới. Giai đoạn này thông thường khởi đầu với một trăm nhóm hay Hội Thánh và tiếp tục phát triển thêm. Vai trò của nhà truyền giáo là đảm bảo tiếp tục việc phát triển lãnh đạo, hỗ trợ các khu vực gặp khó khăn, và trợ giúp cho người dân bản xứ thi hành một chiếc lược để vươn đến toàn bộ nhóm người của họ. Trong suốt giai đoạn triển khai, người dân bản xứ thực hiện sáu mươi phần trăm công việc trong khi các nhà truyền giáo cống hiến bốn mươi phần trăm còn lại.

Giai đoạn cuối cùng của mọi công cuộc truyền giáo là *ủy nhiệm*. Trong giai đoạn này, nhà truyền giáo giao phó công việc cho tín hữu bản xứ. Nhà truyền giáo trở về với công việc huấn luyện, dâng lễ và hợp tác. Trong suốt giai đoạn ủy nhiệm, người dân bản xứ thực hiện chín mươi phần trăm công việc, mười phần trăm còn lại là từ nhà truyền giáo. Giai đoạn khám phá lặp lại lần nữa, nhưng lần này là ở cuộc sống và công việc của người dân bản xứ.

Các nhà truyền giáo ngoại quốc nên nhận ra rằng hiện nay, hầu hết trên thế giới, họ đang ở trong giai đoạn ủy nhiệm. Vai trò chính của nhà truyền giáo ngày nay là huấn luyện, đào tạo, và giúp đỡ anh chị em bản xứ thi hành sứ vụ mà Thiên Chúa đã trao cho họ. Một trong những mục tiêu của Khóa Đào Tạo Theo Chúa Giê-su là cung cấp cho các nhà truyền giáo những công cụ đơn giản, có khả năng nhân rộng ra cho giai đoạn ủy nhiệm này.

"Nguyên tắc số năm" là gì?

Đơn giản là một người phải thực hành một kĩ năng năm lần trước khi họ có đủ tự tin để tự thực hiện kĩ năng đó. Sau khi đào tạo cá nhân cho gần 5.000 người trong chín năm vừa qua, chúng tôi đã thấy được nguyên tắc này lặp lại nhiều lần.

Các hội thảo đào tạo có đầy những người thông minh và tài giỏi, nhưng hầu hết ít có sự thay đổi trong cuộc sống của họ sau hội thảo. Một câu trả lời điển hình cho vấn đề này là làm cho nội dung trở nên thú vị hơn, hay dễ nhớ hơn, hay (bạn có thể tự điền vào đây). Thông thường vấn đề không nằm ở nội dung, mà là do người ta chưa thực hành đầy đủ để biến những kiến thức đó thành một phần cuộc sống của họ

Tại sao bạn lại dùng nhiều ký hiệu tay vậy?

Con người học từ những gì họ thấy, nghe và thực hiện. Các phương pháp đào tạo của phương Tây chú trọng hai dạng học đầu tiên (đặc biệt trong dạng thức bài giảng). Nhiều nghiên cứu chứng minh học viên nhớ được chỉ bằng nghe và nói ít ỏi như thế nào. Dạng học thứ ba – vận động – vẫn còn là phương pháp chưa được quan tâm đúng mức nhất khi đem áp dụng cho việc đào tạo. Chúng tôi phát hiện ra rằng các ký hiệu tay là cách thức dễ nhất để giảng dạy một nhóm nhớ được một lượng thông tin lớn. Người biết chữ cũng như người không biết chữ đều có thể thuật lại các câu chuyện tốt hơn khi kết hợp với hành động hay các ký hiệu tay.

Chúng tôi đã không sử dụng ký hiệu tay khi bắt đầu đào tạo người khác theo *Khóa Đào Tạo Theo Chúa Giê-su*. Tuy nhiên, chúng tôi đã thay đổi phương pháp khi thay đổi một trong những mục tiêu đào tạo; chúng tôi mong muốn học viên có thể lập lại toàn bộ khóa học vào khi kết thúc. Học thuộc lòng là phương pháp chính trong hầu hết các môi trường giáo dục ở Châu Á. Giờ đây, người ta có thể lập lại toàn bộ bằng trí nhớ ở bài học cuối vì chúng tôi áp dụng các ký hiệu tay. Trước khi chúng tôi áp dụng, họ không thể làm vậy được. Sau một vài bài học ngắn, học viên hào hứng với phương pháp học chủ động và kinh ngạc vì có thể nhớ được toàn bộ khóa học khi kết thúc.

Kể từ khi áp dụng các ký hiệu tay, chúng tôi nhận thấy số lượng lãnh đạo đào tạo những lãnh đạo khác tăng lên rõ rệt. Đào tạo tâm linh không chỉ liên quan mỗi tâm trí. Nếu trái tim vẫn không thay đổi, sẽ không có sự biến đổi nào xuất hiện. Sử dụng các ký hiệu tay giúp vận chuyển những gì ta đã học được từ trí óc đến trái tim. Đó là lý do tại sao chúng tôi giảng dạy cho trẻ em bằng các ký hiệu tay để giúp các bé ghi nhớ những chân lý quan trọng của cuộc sống. Người trưởng thành, thanh niên, và trẻ em có thể học trong một môi trường đa thế hệ khi chúng ta dùng các ký hiệu tay. Về cá nhân, thông thường tôi dùng chúng trong giờ cầu nguyện để giúp tập trung vào phần mà tôi đang cầu nguyện – ca tụng, ăn năn, cầu xin, hay khiêm nhường.

Tại sao những bài học này lại đơn giản vậy?

Lý cho chính của việc các bài học này lại đơn giản là vì chúng ta theo gương Chúa Giê-su trong việc đào tạo theo phương pháp đơn giản. Ngài làm cho những gì phức tạp trở nên đơn giản, chúng ta thì ngược lại. Chúa Giê-su mong muốn cuộc sống thay đổi, chứ không phải là thông hiểu "chân lý mới nhất". Khi chúng tôi giảng dạy theo phương pháp đơn giản, trẻ nhỏ, thanh niên và người trưởng thành đều có thể học theo cộng đồng. Bạn không cần đến một máy theo dõi trị giá hàng ngàn đô có những cái chuông và còi để báo cho bạn biết "hướng Bắc" ở đâu. Một cái la bàn rẻ tiền là đủ rồi.

Sách Cách ngôn nói rằng hãy tìm kiếm khôn ngoan hơn tất cả. Sự khôn ngoan là khả năng để áp dụng kiến thức vào thực tế một cách khéo léo và hợp lý. Chúng tôi nhận thấy rằng một kế hoạch càng phức tạp càng có khả năng thất bại. Các mục sư và nhà truyền giáo trên khắp thế giới đều có những kế hoạch truyền giáo đầy chiến lược tốn đến hàng tuần hay hàng tháng để xây dựng. Hầu hết các kế hoạch đó được cất vào kệ tủ. Một số người tranh luận cho rằng Sách Cách Ngôn nói hãy né tránh sự đơn giản. Tuy nhiên, ý thực sự của Sách Cách Ngôn là đừng trở nên một "kẻ rỗng tuếch". Người khôn ngoan thực hiện công việc theo phương pháp để người khác có thể học theo, kẻ rỗng tuếch lại khác.

Theo Tin Mừng, để theo Chúa Giê-su, chúng ta không phải phụ thuộc trí khôn, tài năng, giáo dục, hay tính cách của mỗi người. Theo Chúa Giê-su là phải dựa vào sự sốt sắng vâng lệnh Ngài ngay lập tức, mọi lúc và bằng cả trái tim đầy yêu thương. Giảng dạy phức tạp thông thường làm cho học viên không áp dụng được bài học vào cuộc sống hằng ngày của họ. Chúa Giê-su ra lệnh cho các tín hữu kêu gọi môn đệ, rao giảng cho họ vâng theo mọi mệnh lệnh của Ngài. Chúng tôi tin rằng giảng viên gây trở ngại cho sự vâng phục của người dân khi dạy cho họ những bài học phức tạp mà học viên không thể giảng dạy cho người khác.

Những lỗi thông thường người ta thường phạm trong việc đào tạo?

Các đào tạo viên phạm lỗi trong ba lĩnh vực sau: con người, quy trình, và nội dung. Từ những kinh nghiệm rút ra được trong quá trình đào tạo và được đào tạo bởi nhiều người, chúng tôi đúc kết lại và trao cho bạn để giúp đỡ bạn củng cố những kĩ năng của mình.

Mọi học viên đến với một buổi học với những kinh nghiệm, kiến thức, kĩ năng thu được từ khóa học trước. Đào tạo viên nào không xác định được điều này vào đầu buổi học sẽ có nguy cơ đào tạo học viên để thực hiện những gì họ đã biết. Một câu hỏi đơn giản như "Các bạn đã biết gì về chủ đề này rồi?" sẽ giúp đào tạo viên xác định được mức độ thích hợp để đào tạo. Tuy nhiên, chúng tôi cũng đã thấy nhiều đào tạo viên đoán rằng học viên biết nhiều hơn những gì họ biết. Những phỏng đoán chưa được chứng minh luôn phản lại bạn. Giao tiếp chính là cách để giải quyết vấn đề này. Con người có nhiều phong cách học khác nhau, vì thế nên đừng áp đặt việc đào tạo của bạn chỉ dựa trên một hay hai dạng. Nếu không, một số học viên sẽ không thu được lợi ích như họ có thể khi được đào tạo với một kế hoạch tốt hơn. Con người cũng có những nhu cầu khác nhau tùy thuộc vào tính cách từng người. Phong cách đào tạo chỉ dành cho người hướng ngoại là bác bỏ những ai hướng nội, hay tập trung vào những ai có hướng "suy nghĩ" sẽ không hiệu quả với những người có hướng "cảm nhận".

Quy trình đào tạo là một lĩnh vực mà các đào tạo viên thường phạm lỗi. Đào tạo mà bỏ qua cơ hội để thảo luận và phụ thuộc chủ yếu vào việc nói thì không phải là đào tạo mà là thuyết trình. Đào tạo là một quá trình bao gồm sự thành thạo một kĩ năng, tính cách đặc trưng, hay kiến thức của một con người. Chúng tôi nhận thấy các đào tạo viên chú trọng quá nhiều vào việc cung cấp nội dung đến nỗi các học viên không hề có cơ hội để thảo luận về những gì họ đã được học. Thời gian học quý báu nhất khi đào tạo cho người trưởng thành là lúc họ thảo luận về bài học và những ứng dụng trong cuộc sống của họ. Một lỗi thường gặp khác là chỉ áp dụng duy nhất một phương pháp giảng dạy cho cả khóa học. Bất cứ phương pháp đào tạo nào đều mất hiệu quả nếu sử dụng quá thường xuyên. Sai lầm cuối cùng là kéo dài các buổi học. Là một nguyên tắc định sẵn, chúng tôi cố gắng giảng dạy bài học trong một phần ba thời gian, một phần ba thời gian tiếp theo học viên thực hành bài học, và ở một phần ba cuối cùng chúng tôi dẫn dắt một cuộc thảo luận về ứng dụng bài học trong cuộc sống. Trong một buổi học chín mươi phút, học viên thường lắng nghe chúng tôi nói trong khoảng hai mươi phút.

Thông thường, lý do mà các buổi học thường trở nên quá dài là đào tạo viên chú trọng quá nhiều vào nội dung – lĩnh vực cuối cùng mà đào tạo viên phạm lỗi. Một nội dung đào tạo tốt chú trọng đến kiến thức, cá tính, kĩ năng, động lực. Nếu đào tạo viên có một nền tảng văn hóa phương Tây, hầu hết họ đều chuyên tâm vào phần kiến thức, cho rằng "hiểu biết" tạo nên những gì còn lại. Họ có thể nói về cá tính và động lực, nhưng hiếm khi nào dành thời gian cho việc thực hành kĩ năng. Đào tạo viên rất thường hay đào tạo người khác bằng phương pháp họ đã được học. Tuy nhiên, bỏ lại quá khứ đôi khi cũng cần thiết để tạo nên những thay đổi thực sự trong cuộc sống của học viên. Đào tạo viên xuất sắc không cố gắng trình bày thông tin một mình. Mục tiêu là biến đổi. Chúng tôi nhận thấy có những đào tạo viên không điều chỉnh kiến thức của họ thích nghi với một nền văn hóa hay môi trường mới; họ mong đợi những nông dân trồng lúa ở nông thôn có thể tiếp thu kiến thức như những chuyên viên trẻ ở thành thị. Thiếu những buổi lễ cầu nguyện là lý do thường thấy nhất dẫn đến phạm phải sai lầm này.

Theo kinh nghiệm của chúng tôi, lỗi lầm lớn nhất mà đào tạo viên mắc phải, chính là không dành đủ thời gian cho học viên thực hành những gì đã được học. Đào tạo viên phải đối mặt với sự cám dỗ coi khóa đào tạo là sự kiện một lần duy nhất, thay vì là một cuộc hành trình tiếp diễn. Một dấu hiệu chắc chắn khi đào tạo viên phạm phải lỗi này là thái độ: "Họ ở đây rồi, chúng ta hãy cung cấp kiến thức cho họ nhiều nhất có thể". Thay vì vậy, hãy tập trung vào việc diễn giải Kinh Thánh nhằm tạo ra một sự chuyển biến lớn trong họ để từ đó họ có thể đào tạo người khác. Đào tạo viên liên kết chặt chẽ hơn với những người sẽ được học viên đào tạo, hơn là chỉ với học viên. Nếu bạn thấy bản thân mình chú trọng vào nội dung hơn là thực hành, bạn sẽ có mặc cảm tội lỗi trong việc trao cho học viên nhiều hơn những gì họ có thể vâng theo hay chia sẻ cho những người khác. Bạn đưa họ đến thất bại thay vì thành công.

Tôi nên làm gì nếu ở đó không có lãnh đạo nào để đào tạo?

Những lãnh đạo đang trỗi dậy sẽ thu hút những lãnh đạo đang trỗi dậy khác. Khi bạn cam kết theo Chúa Giê-su và phong cách lãnh đạo của Ngài, Thiên Chúa sẽ chúc lành và gửi người đến đồng hành cùng bạn. Song, chúng ta phải cất bước đầu tiên trong niềm tin. Chúa Giê-su sống trong mọi tín hữu, mong muốn Triều Đại Thiên Chúa đến và ý nguyện của Ngài sẽ được thực hiện. Uy quyền và lãnh đạo đi chung với nhau. Luôn nhớ rằng, không cầu xin sẽ không có được. Hãy cầu xin để tìm thấy các lãnh đạo mà Thiên Chúa đang phát triển. Hãy cầu xin để có được trái tim tự tin tràn đầy nhiệt huyết. Hãy cầu xin được ban cho ơn Chúa Giê-su về sự lãnh đạo để trở nên những "ngư dân lưới người như lưới cá".

Hãy tập trung vào những người mà Thiên Chúa đã trao cho bạn, chứ đừng là những ai mà bạn không có. Bắt đầu xây dựng cho những ai theo bạn trở thành những lãnh đạo mạnh mẽ. Mỗi người đều dẫn dắt ai đó. Người cha dẫn dắt gia đình. Người mẹ dẫn dắt con cái. Thầy cô dẫn dắt học sinh. Thương gia dẫn dắt đoàn thể. Những nguyên tắc lãnh đạo được giảng dạy trong *Khóa Đào Tạo Theo Chúa Giê-Su* có thể được áp dụng trong bất cứ trường hợp nào nêu trên. Người dân phát triển đáp ứng mong đợi của chúng tôi. Hãy đối xử với từng người như thể họ đã là một lãnh đạo và quan sát những gì Thiên Chúa làm trong cuộc đời họ.

Hãy xem xét việc tổ chức một khóa đào tạo lãnh đạo. Công bố cuộc họp thông qua các nhóm lãnh đạo hiện có – Câu lạc bộ Sư Tử (the Lion's Club), Phòng Thương Mại, hội đồng làng, hay trưởng khu phố. Trang bị những kiến thức đào tạo này cho các thương gia lãnh đạo cùng với những nguyên tắc lãnh đạo của Chúa Giê-su. Tổ chức một sự kiện sẽ không chỉ tăng độ tin cậy của bạn trong cộng đồng, mà còn giúp bạn phát triển trong vai trò lãnh đạo. Nếu nhóm người của bạn không hề có môn đệ, hãy đào tạo lãnh đạo trong một nhóm người có họ hàng, đưa ra một tầm nhìn để vươn tới những người còn đang lạc lối.

Các bước đầu tiên để lãnh đạo bắt đầu đào tạo các lãnh đạo mới?

Chúa Giê-su dành cả buổi chiều để cầu nguyện trước khi lựa chọn ra các lãnh đạo, vì thế cầu nguyện là khởi đầu tốt nhất. Cầu nguyện cho các lãnh đạo trỗi dậy từ mùa gặt để dẫn dắt mùa gặt. Khi cầu nguyện, hãy nhớ rằng Thiên Chúa nhìn vào tấm lòng còn con người nhìn vào vẻ ngoài. Hãy tìm kiếm đức tin và cá tính nơi các lãnh đạo tiềm năng. Chúng ta thường quá hay chú ý đến tài năng và ấn tượng đầu tiên. Hãy dành thời gian để cầu xin Thiên Chúa nâng dậy các lãnh đạo tâm linh nhiệt thành.

Sau khi cầu nguyện xong, hãy chia sẻ một tấm gương về những lãnh đạo theo gương Chúa Giê-su một cách nhất quán. Cầu nguyện cùng gia đình và bạn bè, cầu xin Thiên Chúa giúp các bạn cùng nhau trở nên những nhà lãnh đạo tài giỏi. Hỏi những người mà Thiên Chúa cho bạn gặp trên con đường thực hiện sứ vụ ấy liệu họ có muốn học để trở thành những nhà lãnh đạo mạnh mẽ hơn không. Sẽ hiệu quả hơn khi liên tục cho thấy tấm gương của những người bạn giúp đỡ lẫn nhau phát triển thành lãnh đạo. Lúc này, hãy chú ý ai là người có hứng thú và nghị lực từ những gì bạn nói.

Bước tiếp theo là cầu xin Thiên Chúa biểu lộ cho bạn những lãnh đạo nào Ngài đang nâng dậy. Đừng tự cố gắng chọn họ. Hãy để họ "tự chọn lựa" bằng ý muốn thực hiện những công việc đòi hỏi lãnh đạo. Chúng tôi không "bổ nhiệm" mà là "xức dầu" cho những lãnh đạo nào đã biểu lộ đức tin tràn đầy của mình. Rất thường hay xảy ra tình huống là những người chúng ta chọn ra "cuối cùng" trong danh sách các nhà lãnh đạo tiềm năng, thì Chúa lại chọn "đầu tiên". Hãy tìm kiếm những ai bất mãn với hiện tại. Tập trung vào những người mong muốn học và đi theo Chúa. Đừng thất vọng nếu những lãnh đạo đứng đầu một tổ chức ít biểu lộ sự hứng thú.

Cuối cùng, hãy bắt đầu đi theo các bước trong Kế Hoạch Chúa Giê-Su của bạn. Không có gì thu hút các lãnh đạo tiềm năng và sẵn lòng bằng hành động. Con người thích được là một phần của đội chiến thắng. Vì Thiên Chúa chúc lành cho Kế Hoạch Chúa Giê-Su của bạn, Ngài cũng sẽ gửi người đến hỗ trợ cho bạn. Thường là Thiên Chúa sẽ gửi đến những thành viên trong gia đình, bạn bè, hay những thương gia thành công. Lãnh đạo luôn có môn đệ. Việc bạn theo Chúa Giê-su sẽ trao cho người khác một định hướng rõ ràng để họ có thể bước theo. Ai đó phải khởi động cuộc hành trình của nhóm người của bạn. Vậy bạn hãy chính là người đó!

Các lịch trình khác nhau để đào tạo viên đào tạo theo *Đào Tạo Lãnh Đạo Cấp Tiến?*

Nếu bạn chỉ có một ngày, chúng tôi khuyến nghị bạn nên giảng dạy các bài học "Chúa Giê-Su Đã Đào Tạo Các Lãnh Đạo Như Thế Nào?", "Bảy Đặc Điểm Của Một Vị Lãnh Đạo Vĩ Đại", và "Tám Hình Ảnh Của Chúa Ki-Tô". Những bài học này sẽ trang bị cho lãnh đạo các kĩ năng, cá tính ,và nhiệt huyết để ra đi rao giảng cho những người khác. Khi họ yêu cầu bạn trở lại, hãy giảng dạy toàn bộ phần còn lại của các bài học để lấp đầy kiến thức và năng lực lãnh đạo của họ, đồng thời trao cho họ một kế hoạch mang tính chiến lược để áp dụng. Phương pháp này có hiệu quả cao nhất trong môi trường có những người bận rộn, chỉ có chút ít thời gian để tham gia các buổi đào tạo.

Nếu lớp chỉ mở được hàng tuần hay cách hai tuần, chúng tôi khuyến nghị bạn nên giảng dạy theo từng bài học. Các lãnh đạo sẽ có được những kĩ năng vững chắc sau khoảng 10 hay 20 tuần. Khuyến khích họ đào tạo thêm các lãnh đạo mới vào thời gian nghỉ giữa các buổi học bằng những bài học mà bạn đã giảng dạy. Phương pháp này có hiệu quả cao nhất trong môi trường có những người bận rộn nhưng vẫn có thể có một khoảng thời gian xác định để học hàng tuần. Nhờ các lãnh đạo giảng lại bài học cho những ai bị lỡ do bệnh hoặc hay những sự cố bất ngờ.

Nếu bạn chỉ có ba ngày, chúng tôi khuyến nghị bạn nên giảng dạy theo trình tự trong cẩm nang này. Cho phép có nhiều thời gian thảo luận và dùng giờ giải lao để gặp riêng từng lãnh đạo. Vào cuối mỗi buổi học, hãy hỏi các lãnh đạo: "Thiên Chúa nói gì với các bạn về bài học này?" Cho phép họ bàn luận với nhau. Người trưởng thành học tốt nhất khi thảo luận và cùng nhau giải quyết các vấn đề. Bạn cũng sẽ thấu hiểu được những nhu cầu của cả lớp. Phương pháp này có hiệu quả cao nhất trong chủng viện và các lớp giáo lý, cùng các mục sư phụng vụ trọn ngày, và ở nông thôn hay các làng mạc nơi người dân làm việc theo mùa vụ.

Phụ lục B

Danh Sách Kiểm Tra

Một tháng trước khóa học

- *Thành Lập một Nhóm Cầu Nguyện*—Lên danh sách mười hai người thuộc nhóm cầu nguyện để chuyển cầu cho khóa học, trước và trong tuần học. Điều này RẤT QUAN TRỌNG!
- *Tuyển một Trợ Giảng*—Nhằm hỗ trợ công việc giảng dạy cho nhóm cùng bạn, là người đã từng tham gia vào khóa học *Đào Tạo Lãnh Đạo Cấp Tiến*.
- *Mời Học Viên*—Hãy mời thật tế nhị. Bạn có thể mời bằng thư mời, giấy mời,.v.v.. Một hội thảo *Đào Tạo Lãnh Đạo Cấp Tiến* có số lượng tốt nhất là từ 16 đến 24 học viên. Nếu có nhiều trợ giảng hỗ trợ, bạn có thể đào tạo đến 50 lãnh đạo. *Đào Tạo Lãnh Đạo Cấp Tiến* cũng có thể được truyền đạt hiệu quả cho một khóa học hàng tuần cho của một nhóm từ ba học viên trở lên.
- *Hậu Cần*—Sắp xếp chỗ ở, thực phẩm và phương tiện đưa đón nếu cần.
- *Bố Trí Phòng Học*—Gồm có hai bàn tiếp tế ở phía sau phòng học, ghế được xếp theo hình tròn và có nhiều phòng học để học viên hoạt động trong suốt buổi học. Nếu được, hãy đặt một tấm thảm hay chiếu xuống sàn

thay vì ghế. Sắp xếp hai giai đoạn giải lao mỗi ngày với cà phê, trà, bữa ăn nhẹ.
- *Chuẩn Bị Nhu Yếu Phẩm Cho Lớp Học*—Kinh Thánh, bản trắng hoặc các tờ giấy khổ to, tập vở cho học viên, tập vở cho lãnh đạo, bút màu hay phấn màu, sổ tay (giống tập học sinh), bút bi, bút chì, một trái cầu mây cho trò Chinlone, và các giải thưởng.
- *Sắp Xếp Giờ Cầu Nguyện* – Dùng các bản chép nhạc hay sách thánh ca cho mỗi học viên. Đề nghị ai đó biết chơi ghi-ta trong lớp giúp bạn dẫn dắt giờ thờ phượng.

Sau khóa học

- *Đánh Giá Từng Phương Diện của Khóa Đào Tạo cùng với Trợ Giảng Của Bạn*—Hãy nhìn lại và đánh giá toàn bộ. Lên danh sách những điều tích cực và những điều tiêu cực. Lên kế hoạch cải thiện khóa đào tạo cho lần sau.
- *Liên Kết với Các Trợ Giảng Tiềm Năng để Tìm Kiếm Sự Hỗ Trợ cho Các Khóa Đào Tạo Trong Tương Lai*—Liên hệ với hai hay ba người đã biểu lộ được tiềm năng lãnh đạo của mình trong suốt khóa học để đề nghị sự hỗ trợ cho chương trình *Đào Tạo Lãnh Đạo Cấp Tiến* trong tương lai.
- *Khuyến Khích Các Học Viên Tham Gia Khóa Học Kế Cùng Bạn Bè của Họ* – Khuyến khích các học viên cũ tham gia khóa học kế cùng với các cộng sự truyền giáo của mình. Điều này sẽ giúp tăng số lượng lãnh đạo đang đào tạo cho các lãnh đạo khác.

Phụ lục C

Dịch Giả Lưu Ý

Tác giả cho phép dịch tài liệu này sang nhiều thứ tiếng như Thiên Chúa đã chỉ dẫn. Xin theo những hướng dẫn sau khi dịch tài liệu Khóa Đào Tạo Theo Chúa Giê-su:

- Chúng tôi khuyến nghị thực hiện việc đào tạo bằng Khóa Đào Tạo Theo Chúa Giê-su nhiều lần trước khi bắt đầu dịch. Bản dịch nên nhấn mạnh ý nghĩa sâu chứ không phải chỉ theo nghĩa đen, hay dịch theo từng chữ một. Ví dụ, với cụm từ "Đi bằng Thần Khí", ta sẽ dịch ra "Sống theo Thần Khí" như trong bản Kinh Thánh của bạn, dịch "Sống theo Thần Khí", và điều chỉnh ký hiệu tay nếu cần.
- Bản dịch nên được dịch theo ngôn ngữ thường chứ không phải "ngôn ngữ tôn giáo" của các bạn, càng nhiều càng tốt.
- .Khi trích dẫn Kinh Thánh nên dựa theo bản Kinh Thánh được sử dụng nhiều nhất ở khu vực của bạn để cộng đồng của bạn có thể hiểu được. Nếu chỉ có một bản dịch và bản dịch đó khó hiểu, hãy cập nhật các thuật ngữ theo các trích dẫn Kinh Thánh để làm rõ nghĩa hơn.
- Dùng một thuật ngữ có nghĩa tích cực cho từng hình ảnh trong tám hình ảnh của Chúa Ki-tô. Thông thường, đội ngũ giảng dạy có thể cần thử nghiệm nhiều lần trước khi tìm ra được thuật ngữ đúng.

- Dịch "Thánh" sang một thuật ngữ trong ngôn ngữ dân tộc của bạn truyền đạt được hình ảnh một con người thánh thiện. Nếu từ dùng để mô tả sự thánh thiện của Chúa Giê-su trong ngôn ngữ dân tộc của bạn là giống nhau, thì không cần dùng "Đấng Thánh". Chúng tôi dùng "Đấng Thánh" ở đây vì "Thánh" không thích hợp để mô tả Chúa Giê-su.
- Tôi tớ" có thể khó khăn trong việc dịch thuật theo nghĩa tích cực, nhưng điều đó rất quan trọng. Hãy cẩn thận khi chọn lựa thuật ngữ để có thể truyền đạt được hình ảnh về một người làm việc chăm chỉ, có một trái tim khiêm nhường, và luôn hăng say giúp đỡ người khác. Hầu hết các nền văn hóa đều có ý niệm về một "tấm lòng người tôi tớ."
- Chúng tôi đã điều chỉnh toàn bộ trò chơi sinh hoạt cho phù hợp với văn hóa Đông Nam Á theo hội thảo "Đào tạo và Nhân rộng" của George Patterson . Hãy điều chỉnh tùy ý cho phù hợp với nền văn hóa của bạn, đảm bảo rằng bạn sẽ dùng các từ ngữ và tư tưởng phù hợp với cộng đồng của bạn.
- Chúng tôi sẵn lòng lắng nghe công việc của bạn và sẵn sàng giúp đỡ bằng mọi cách có thể.
- Liên lạc với chúng tôi qua địa chỉ email: *lanfam@ FollowJesusTraining.com* để chúng ta có thể cộng tác và thấy được càng nhiều người theo Chúa Giê-su hơn!

Phụ lục D

Các Nguồn Khác

Bạn có thể truy cập nhiều nguồn tài liệu trực tuyến để giúp bạn đào tạo những người khác theo Chúa Giê-su tại: *www.FollowJesusTraining.com*

Bao gồm:

1. Các bài viết và quan niệm của tác giả.
2. Các vi-đê-ô về các ký hiệu tay trong Đào Tạo Lãnh Đạo Cấp Tiến
3. Các bản dịch của Đào Tạo Lãnh Đạo Cấp Tiến. Vì các bản dịch có chất lượng rất đa dạng, nên hãy điều chỉnh cho phù hợp với ngôn ngữ, phong tục tập quán địa phương trước khi sử dụng.

Hãy liên lạc với chúng tôi qua *lanfam@FollowJesusTraining.com* để biết thêm nhiều thông tin hơn về các dự án và khóa đào tạo hiện tại.

www.ingramcontent.com/pod-product-compliance
Lightning Source LLC
Chambersburg PA
CBHW071457040426
42444CB00008B/1384